Græna grillmatreiðslubókin

100 ljúffengar og sjálfbærar uppskriftir fyrir grillið þitt. Alhliða leiðarvísir til
Vistvæn grillað

Hildur Hreinsdóttir

EFNISYFIRLIT

KYNNING

Græna BBQ matreiðslubókin er fullkominn leiðarvísir um vistvæna grillun. Með 100 ljúffengum uppskriftum verður þú aldrei uppiskroppa með hugmyndir til að búa til dýrindis og sjálfbærar máltíðir á grillinu þínu. Frá grænmetisæta og vegan valkostum til sjálfbærs kjötvals, þessi matreiðslubók hefur eitthvað fyrir alla.

Hverri uppskrift fylgja nákvæmar leiðbeiningar, þar á meðal ábendingar um hvernig á að grilla á sjálfbæran hátt og minnka kolefnisfótsporið. Þú munt læra hvernig á að velja besta sjálfbæra hráefnið, hvernig á að grilla án kola eða própans og hvernig á að búa til dýrindis og hollar máltíðir sem eru góðar fyrir þig og plánetuna.

Auk uppskriftanna inniheldur Græna grillmatreiðslubókin upplýsingar um vistvænar grillaðferðir, svo sem að nota endurnýtanlegar eða niðurbrjótanlegar plötur og áhöld, og draga úr sóun með jarðgerð og endurvinnslu. Með töfrandi myndum í fullum lit af hverri uppskrift mun þessi matreiðslubók hvetja þig til að búa til dýrindis og sjálfbærar máltíðir allt árið um kring.

Hvort sem þú ert reyndur grillari eða byrjandi, þá er Græna grillmatreiðslubókin þín uppspretta fyrir vistvæna grillun. Með 100 ljúffengum uppskriftum og sérfræðileiðbeiningum muntu elda hollar og sjálfbærar máltíðir á grillinu þínu á skömmum tíma.

Morgunmatur, brunch og egg

1. Grillað brauð og kirsuberjatómatsalat

Gerir: 1 skammt

HRÁEFNI:

- 1 lítill hvítlauksrif; hakkað 1
- ⅓ bolli Balsamic edik 75 ml
- 1½ msk Ólífuolía 20 ml
- ¼ tsk pipar 1 ml
- Salt eftir smekk
- 2 matskeiðar Niðurskorinn ferskur graslaukur eða grænn laukur
- ⅓ bolli Hægelduð fersk basilíka
- 6 sneiðar af frönsku eða ítölsku brauði
- 4 bollar Kirsuberjatómatar; helmingaður

LEIÐBEININGAR:

a) Blandið hvítlauk, ediki, olíu, pipar og salti saman í lítilli blöndunarskál. Hrærið basilíkunni og graslauknum saman við.

b) Grillið eða ristið brauðið

c) Skerið hvern hluta í bita.

d) Blandið saman brauði, kirsuberjatómötum og dressingu í blöndunarskál.

e) Ef nauðsyn krefur, smakkið til og stillið krydd.

2. Vegan crêpes

10 crêpes

HRÁEFNI:
- 1 1/3 bolli venjuleg eða vanillu sojamjólk
- 1 bolli alhliða hveiti
- 1/3 bolli þétt tófú, tæmt og mulið
- 2 matskeiðar vegan smjörlíki, brætt
- 2 matskeiðar sykur
- 11/2 tsk hreint vanilluþykkni
- 1/2 tsk lyftiduft
- 1/8 teskeið salt
- Canola eða önnur hlutlaus olía, til eldunar

LEIÐBEININGAR:
Blandið öllu hráefninu saman
a) fyrir utan steikingarolíuna) í hrærivél þar til slétt.
b) Forhitið nonstick pönnu eða crêpe pönnu yfir miðlungs háan hita.
c) Hellið 3 msk af deigi í miðju pönnu og hallið pönnunni til að dreifa deiginu þunnt.
d) Eldið þar til það er gullbrúnt á báðum hliðum, snúið einu sinni við.
e) Setjið afganginn af deiginu á bakka og haltu áfram, smyrjið pönnuna eftir þörfum

3. Egg á grillinu

Gerir: 6

HRÁEFNI:
● 12 egg

LEIÐBEININGAR:
a) Forhitið útigrill í miðlungs hátt hitastig.
b) Klæðið muffinsform með eldunarúða og brjótið egg í hverja holu.
c) Eldið á grillinu í 2 mínútur, eða þar til það er tilbúið að vild.

4. Grillaðar kartöflur

Gerir: 100 skammta
HRÁEFNI:

- 1 bolli smjör
- 9 egg
- 1 bolli Mjólk
- 22 pund af kartöflum, soðnar með söltu vatni
- 4½ bolli brauð
- 1½ tsk svartur pipar
- 2 matskeiðar salt

LEIÐBEININGAR:

a) Hrærið kartöflur saman í hrærivél á lágum hraða í 1 mínútu, eða þar til þær eru brotnar í smærri bita.

b) Bætið við pipar og smjöri eða smjörlíki. Blandið á hátt í 3 til 5 mínútur, eða þar til það er alveg slétt.

c) Blandið mjólk; hita að suðu; blandið út í kartöflur á lágum hraða, bætið svo heilum eggjum saman við.

d) Mótið í kökur og dreypið í brauðrasp.

e) Grillið í 3 mínútur á hverri hlið á létt olíuðri pönnu eða þar til gullinbrúnt.

5. Grillað porcini með eggjarauðum

Gerir: 4 skammta

HRÁEFNI:

- 2 pund af fersku svínaríi
- 3 matskeiðar Extra virgin ólífuolía plús
- 2 matskeiðar
- 4 egg, risa

LEIÐBEININGAR:

a) Skerið sveppi í sneiðar og kryddið með salti og pipar.

b) Setjið sveppi á grillið og eldið í 2 mínútur á hvorri hlið.

c) Í millitíðinni skaltu hita olíuna sem eftir er á pönnu þar til hún byrjar að reykja.

d) Brjótið egg á pönnuna og eldið þar til hvíturnar hafa stífnað.

e) Takið pönnuna af hitanum og setjið til hliðar í 3 mínútur. Setjið sveppina á framreiðsludisk.

f) Skerið hvíturnar af eggjunum út og raðið eggjarauðunum varlega ofan á sveppina, berið fram strax.

6. Grillið maísbrauð

Gerir: 8 sneiðar
HRÁEFNI:

- 1 bolli maísmjöl
- 1 bolli hveiti
- 2 tsk lyftiduft
- 3/4 tsk salt
- 1 bolli mjólk
- 1/4 bolli jurtaolía

LEIÐBEININGAR:
Blandið þurrefnunum saman. Blandið mjólkinni og jurtaolíu saman við.

a) Hellið á olíuborða pönnu.
b) Eldið þar til miðjan er stíf.

7. Grilluð granólufyllt bakuð epli

Gerir: 4 skammta

HRÁEFNI:
- ¹/2 bolli vegan granola, heimabakað
- 2 matskeiðar rjómalöguð hnetusmjör eða möndlusmjör
- 1 matskeið vegan smjörlíki
- 1 matskeið hreint hlynsíróp
- ¹/2 tsk malaður kanill
- Granny Smith eða önnur stífbakandi epli
- 1 bolli eplasafi

LEIÐBEININGAR:
a) Forhitaðu grillið í 350 gráður á Fahrenheit.
b) Setjið til hliðar pönnu sem hefur verið smurð.
c) Blandið saman granóla, hnetusmjöri, smjörlíki, hlynsírópi og kanil í meðalstórri blöndunarskál.
d) Skerið eplin í tvennt og troðið granólablöndunni í holurnar, pakkið vandlega.
e) Hvolfið eplum í Ready pönnuna. Hellið eplasafanum yfir eplin og grillið í 1 klukkustund, eða þar til mjúkt. Berið fram heitt.

8. Grillað avókadó og egg

Gerir: 4

HRÁEFNI:
- 2 avókadó, skorin í tvennt og holan tekin út
- 2 tsk ólífuolía
- 4 egg
- 1 tsk salt
- 1 klípa af nýmöluðum pipar
- Fersk steinselja

LEIÐBEININGAR:

a) Forhitið grillið í miðlungs hátt í 10 mínútur.

b) Leggið avókadóið á grillið með andlitinu niður. Þekja.

c) Eftir um það bil tíu mínútur ættu avókadóin að hafa frábærar grilllínur.

d) Fjarlægðu avókadóin og settu þau á álbakka.

e) Brjóttu egg í litla skál eða bolla, lyftu upp eggjarauðunni með skeið og settu það í miðjuna á hverju avókadó.

f) Settu bakkann á grillið og eldið í 12 mínútur eða þar til eggjarauðan er alveg stíf.

9. Reykt egg

Gerir: 12 egg

HRÁEFNI:
● 12 egg

LEIÐBEININGAR:
a) Forhitaðu reykjarann í 325 gráður á Fahrenheit.
b) Eldið eggin í 30 mínútur á grillinu með lokinu lokað.
c) Fjarlægðu soðnu eggin og dýfðu þeim strax í ísbað.
d) Dragðu úr hita í 175 gráður F.
e) Reykið í að minnsta kosti 30 mínútur, eða allt að klukkutíma fyrir sterkara reykbragð.
f) Berið eggin fram látlaus, með BBQ kryddi, eða sem reykt djöfuleg egg.

10. Egg í brauði

Gerir: 1

HRÁEFNI:
- 1 brauðsneið, á mann
- 1 matskeið olía eða smjör
- 1 egg á mann

LEIÐBEININGAR:
a) Notaðu kexskera, glas eða kökuskera til að búa til gat í miðju brauðsins.
b) Smyrjið grillhellu eða pönnu með olíu og hitið að meðallagi. Settu brauðið á hitaplötuna.
c) Í holunni, sprungið eggið.
d) Eldið í 3 mínútur, eða þar til botninn á egginu er stinn.
e) Til að klára matreiðslu skaltu snúa brauðinu með egginu á hina hliðina í 2 mínútur.
f) Berið fram.

11.   Fontina og grillað grænmeti Morgunverðarhula

Gerir: 2 skammta

HRÁEFNI:
- ½ bolli majónes
- ¼ bolli Saxuð basilíkublöð
- Safi úr 1 lime
- 1 kúrbít
- 1 rauður; gul eða appelsínugul paprika, skorin í fjórða
- 2 Rauðlaukssneiðar
- Ólífuolía
- Salt og pipar
- 2 bollar rifið Romaine salat
- ½ pund Fontina ostur; rifið
- 2 stórar hveiti tortillur

LEIÐBEININGAR:
a) Blandið majónesi, basilíku og limesafa í litla skál.
b) Berið ólífuolíu á grænmetið. Kryddið með salti og pipar eftir smekk.
c) Raðið grænmetinu á meðalheitt grill.
d) Eldið í aðrar 2 til 3 mínútur á hlið.
e) Dreifið majónesiblöndunni á hveititortillurnar.
f) Setjið salat á tortillu, toppið síðan með osti og grilluðu grænmeti.
g) Rúllaðu því upp og njóttu.

12. Grillað grænmetis quiche

Gerir: 6 skammta

HRÁEFNI:
- 1 Allt tilbúið tertubotn
- 3 egg
- 1 bolli Léttrjómi
- ½ bolli Þungur rjómi
- ½ tsk Salt
- ½ tsk pipar
- ¼ tsk Cayenne pipar
- ¼ tsk Múskat
- 6 aura Gruyere ostur; rifið
- 1½ bolli Grillað grænmeti

LEIÐBEININGAR:
a) Leggðu 4 aura af osti og grilluðu grænmeti á óbakaða skorpuna og settu á bökunarplötu og settu síðan afganginn af ostinum ofan á. Þeytið afganginum saman nema ostinum.

b) Hellið grænmetinu og ostinum yfir og stráið restinni af ostinum yfir.

c) Grillið í 35 til 45 mínútur, fjarri beinum hita, þar til quiche er blásið og gullbrúnt.

13.   Grilluð Focaccia og grænmetis morgunmatssamloka

Gerir: 1 skammt

HRÁEFNI:
- Focaccia brauð
- 1 meðalstórt eggaldin, skorið langsum
- 2 rauðar paprikur, skornar í fjórða og fræ fjarlægð
- 2 matskeiðar Ólífuolía
- fersk rokettu eða barnasalatblöð
- heilt eggjamajónes
- Parmesan og basil til að skreyta

LEIÐBEININGAR:
a) Saltið eggaldinið, hellið síðan af í sigti, skolið og þurrkið.

b) Penslið grænmetið með ólífuolíu áður en það er sett á samlokugrillið og því er lokað. Eldið þar til grænmetið er varla meyrt.

c) Leggðu samlokuna þína í lag með ferskum rakettu eða barnasalati, grilluðu grænmeti og heilu eggjamajónesi bragðbætt með ferskri basil og hvítlauk á samlokugrillið.

d) Rífið smá parmesanost ofan á.

14. Grillaðar morgunmatskartöflur

Gerir: 4 skammta

HRÁEFNI:
- 1 tsk hvítlauksduft
- 5 bollar saxaðar rauðar eða Yukon gull kartöflur
- 1 gulur laukur, skorinn í bita
- 2 tsk hakkaður hvítlaukur
- 1 tsk sjávarsalt
- ¾ tsk gamalt flóakrydd
- 1 tsk paprika
- 1 rauð paprika, söxuð
- Klípa svartan pipar
- 3 matskeiðar ólífuolía

LEIÐBEININGAR:
a) Forhitið ofninn í 400 gráður Fahrenheit.
b) Bætið kartöflunum, lauknum og rauðri papriku í stóra skál.
c) Hrærið með ólífuolíu og hvítlauk.
d) Bætið kryddi, salti og svörtum pipar út í og blandið þar til það hefur blandast vel saman.
e) Bætið í eldfast mót eða steypujárnspönnu og grillið í 45 mínútur.
f) Berið fram með tómatsósu, salati eða öðrum brunch mat!

FORréttir, SNILLINGAR OG FORréttir

15. Steiktir kúrbítspiparspjót

Gerir: 1 skammt

HRÁEFNI:
- 1 rauð paprika, söxuð
- 2 matskeiðar Ólífuolía
- 1 Sætur laukur, skorinn í báta
- 2 kúrbít, þykkt sundurskorin
- 2 hvítlauksgeirar, muldir
- 1 stór paprika, saxuð

LEIÐBEININGAR:
a) Fræhreinsið og skerið paprikuna í bita og blandið síðan sætu laukunum og kúrbítunum saman í framreiðsluskál.
b) Bætið ólífuolíu og pressuðum hvítlauk út í og hrærið saman.
Þræðið hráefnið á teini og eldið í 10-15 mínútur á grillinu, eða þar til grænmetið er aðeins mjúkt.

16. Garður á teini

Gerir: 6 skammta

HRÁEFNI:
- 1 korneyra; hýði Tekið út, skorið í 2 tommu bita
- 1 kúrbít, skorið í 2 tommu bita
- 1 rauð paprika; skera í 1 tommu bita
- 12 Kirsuberjatómatar
- 12 sveppir

Basting sósa
- ½ bolli sítrónusafi
- 2 matskeiðar þurrt hvítvín
- 1 matskeið Ólífuolía
- 1 tsk kúmen
- 2 tsk ferskur graslaukur
- 1 tsk fersk steinselja
- Nýmalaður pipar; að smakka

LEIÐBEININGAR:
a) Forhitaðu grillið í miðlungs og settu olíuboraðan grind 6 tommur yfir hitanum.

b) Leggið 6 tréspjót í heitu vatni í bleyti í 15 mínútur ef þeir eru notaðir. Þetta kemur í veg fyrir að kviknar í kveikjum á teini á meðan þeir elda.

c) Setjið grænmetið á teini.

Til að búa til bastsósu skaltu sameina bastingunahráefni.

d) Grillið grænmetisbollurnar í 15 til 20 mínútur alls, hrærið oft með sósunni þar til þær eru aðeins kulnar.

17. Halloumi teini

Gerir: 1 skammt

HRÁEFNI:
- 250 grömm af Halloumi Skipt í hæfilega stóra bita
- 500 grömm Lítil; nýjar kartöflur; soðið
- Salt og pipar
- Ólífuolía
- Grillspjót
- 2 matskeiðar Ólífuolía
- 4 matskeiðar hvítvínsedik
- Sítrónubörkur
- Nokkrar grænar ólífur; smátt saxað
- Klípa Malað kóríander
- Fersk kóríanderlauf; rifið
- 1 hvítlauksgeiri; mulið
- 1 msk heilkornssinnep
- Salt og pipar
- 50 grömm af fersku kryddjurtasalati

LEIÐBEININGAR:
a) Skerið bita af Halloumi og kartöflum á teini til skiptis.
b) Dreypið ólífuolíu yfir og saltið og piprið eftir smekk.
c) Grillið á grillinu þar til kebabinn er vel soðinn.
Gerðu dressinguna með því að blanda öllu hráefninu saman í krukku.
d) Setjið kebab ofan á fersku kryddjurtasalat og dreypið dressingunni yfir.

18. Steiktar rauðar kartöflur

Gerir: 6 skammta

HRÁEFNI:

- ½ tsk laukduft
- 2 pund af rauðum kartöflum
- ½ bolli Vatn
- ½ bolli majónes
- ¼ bolli seyði
- 2 tsk þurrkað oregano
- ½ tsk Hvítlauksduft

LEIÐBEININGAR:

a) Setjið kartöflur í fat og setjið lokið yfir og örbylgjuofnar í 12-14 mínútur á háum hita.

Í hrærivélarskál, blandaðu hinum hráefnunum saman; bætið kartöflunum út í og kælið í 1 klst.

b) Tæmdu marineringuna.

c) Steiktu kartöflur á málmspjót eða bambusspjót sem liggja í bleyti í vatni.

d) Eldið í 4 mínútur við meðalhita, án loks, snúið við, penslið með afganginum af marineringunni og grillið í 4 mínútur í viðbót.

19. Grillaðir grænmetisspjótar með mopsósu

Gerir: 4 skammta

HRÁEFNI:
Moppusósa
- 1/2 bolli sterkt svart kaffi
- 1/4 bolli sojasósa
- 1/2 bolli tómatsósa
- 2 matskeiðar ólífuolía
- 1 tsk heit sósa
- 1 tsk sykur
- 1/4 tsk salt
- 1/4 tsk nýmalaður svartur pipar

Grænmeti
- 8 aura hvítir sveppir, skolaðir létt og þurrkaðir
- 1 stór rauð eða gul paprika, skorin í 11/2 tommu bita
- 2 litlir kúrbít, skornir í 1 tommu bita
- 6 skalottlaukar, helmingaðir langsum
- 12 þroskaðir kirsuberjatómatar

LEIÐBEININGAR:
a) Blandið saman kaffi, sojasósu, tómatsósu, olíu, heitri sósu, sykri, salti og svörtum pipar í litlum potti. Eldið í 20 mínútur á lágum hita.

b) Raðið papriku, kúrbít, sveppum, skalottlaukum og kirsuberjatómötum á teini í grunnu ofnmóti.

c) Hellið helmingnum af moppusósunni yfir grænmetið og látið marinerast í 20 mínútur við stofuhita.

d) Settu teinarnir beint yfir hita á grillinu.

e) Grillið í 10 mínútur, flettu hálfa leið í gegn þar til grænmetið er brúnt og meyrt.

f) Færið yfir á disk og hellið sósunni sem eftir er yfir allt. Berið fram strax.

20. Grillaðir grænmetisspjótar

Gerir: 4 skammta

HRÁEFNI:

- 1/2 tsk kóríanderduft
- 1 bolli gróft skorin fersk steinselja
- 1 bolli ferskur kóríander í grófum teningum
- 1/2 tsk malað kúmen
- 1/2 tsk sæt paprika
- 1/2 tsk salt
- 3 hvítlauksrif, mulin
- 12 kirsuberjatómatar
- 1 kúrbít, skorið í 1 tommu bita
- 1/4 tsk malað cayenne
- 3 matskeiðar ferskur sítrónusafi
- 1/3 bolli ólífuolía
- 1 rauð paprika, skorin langsum
- 12 hvítir sveppir
- 1 eggaldin, skorið í teninga

LEIÐBEININGAR:

a) Blandið steinselju, kóríander og hvítlauk saman í hrærivél eða matvinnsluvél og vinnið þar til það er fínt hakkað.

b) Blandið saman kóríander, kúmeni, papriku, salti, cayenne pipar, sítrónusafa og olíu í blöndunarskál. Vinnið þar til það er alveg slétt. Færðu í litla skál.

c) Forhitið grillið.

d) Þræðið paprikuna, eggaldinið, kúrbítinn og sveppina með teini.

e) Hella skal helmingnum af chermúlasósunni yfir grænmetið og látið marinerast í 20 mínútur við stofuhita.

f) Setjið steikta grænmetið beint yfir hita á upphitaða grillinu.

g) Grillið þar til grænmetið er brúnt og meyrt, alls 10 mínútur, snúið einu sinni í hálfa leið.

h) Færið yfir á disk og hellið sósunni sem eftir er yfir allt. Berið fram strax.

21. Grillaðir polenta ferninga

Gerir: 8 skammta

HRÁEFNI:
- 2 hvítlauksrif; smátt saxað
- ¼ tsk svartur pipar
- 2 bollar Vatn
- 2 matskeiðar Extra virgin ólífuolía
- 2 bollar soð
- ⅓ bolli Cotija ostur, rifinn
- 1 bolli Polenta
- 4 matskeiðar ólífuolía, til að bursta
- ½ rauðlaukur; smátt saxað
- 1 tsk sjávarsalt
- 2 matskeiðar ósaltað smjör

LEIÐBEININGAR:
a) Hitið ólífuolíuna á lágum hita í stórum þungum potti.

b) Steikið laukinn í um 3 mínútur áður en hvítlauknum er bætt út í.

c) Við háan hita, hitið soðið, vatnið og saltið að suðu.

d) Lækkið hitann í lágan og eftir að vökvinn er að malla, hellið pólentu rólega yfir í þunnum straum og hrærið stöðugt í.

e) Lækkið hitann í mjög lága stillingu og haltu áfram að hræra í 25 til 30 mínútur, eða þar til polenta kornin hafa mýkst.

f) Bætið svörtum pipar, Cotija og smjöri út í og blandið vel saman.

g) Settu polentu í steikarpönnu og dreifðu henni jafnt yfir.

h) Setjið til hliðar í 1 klukkustund við stofuhita.

i) Berið olíu á grillpönnuna. Penslið polentu með ólífuolíu og skerið hana í 8 ferninga.

i) Forhitið grillpönnuna og eldið ferningana í 9 mínútur á hvorri hlið eða þar til þær eru gullinbrúnar.

22. Stökkur BBQ snarl

Gerir: 18 skammta

HRÁEFNI:
- 3 matskeiðar smjörlíki eða smjör; bráðnað
- ¼ bolli grillsósa
- ¾ tsk hvítlaukssalt
- ¼ tsk grillkrydd
- 7 bollar af hafrakorni
- 1 bolli Pretzel prik
- 1 bolli þurrgrillaðar hnetur

LEIÐBEININGAR:
a) Forhitið grillið í 250 gráður á Fahrenheit.
b) Settu morgunkorn, kringlur og möndlur í 15 x 10 tommu hlauprúllupönnu.
c) Bræðið smjörlíki í litlum potti.
d) Hrærið grillsósunni, hvítlaukssalti og grillkryddi saman við í 3-5 mínútur, eða þar til það þyknar aðeins.
e) Hellið grillsósunni jafnt yfir morgunkornið. Hrærið til að hjúpa allt jafnt.
f) Grillið í 1 klukkustund, hrærið á 20 mínútna fresti.

23. Osta smákökur

Gerir: 1 skammt

HRÁEFNI:
- 1 bolli rifinn cheddar ostur
- ½ bolli majónes
- 1 bolli alhliða hveiti
- ½ tsk Salt
- 1 skeið af möluðum rauðum pipar

LEIÐBEININGAR:
a) Fylltu mælibikarinn hálfa leið með hveiti.
b) Blandið saman osti, smjörlíki, hveiti, salti og rauðum pipar í meðalstórt fat.
c) Kælið í 1 klst.
d) Gerðu 1 tommu kúlur úr deiginu.
e) Settu kúlurnar með 2 tommu millibili á ósmurða pönnu.
f) Fletjið út með gaffli.
g) Grillið í 10–12 mínútur og berið fram strax.

24. BBQ hnetur

Gerir: 8

HRÁEFNI:
- 1 pund af hráum möndlum
- 1 pund óunnin þræði
- 3 matskeiðar Tamari
- 1 msk malaðir chipotles
- 1 tsk salt

LEIÐBEININGAR:
a) Kryddið hnetur með salti og chipotle kryddi.
b) Pamaðu bökunarplötuna og settu hneturnar í eitt lag.
c) Reykið í 30 mínútur við 300 gráður, hrærið á 15 mínútna fresti.
d) Látið kólna alveg til að fá stökka áferð.

25. Heitar grillaðar ferskjur og valhnetur

Gerir: 6

HRÁEFNI:
- 3 bollar ferskjur, í teningum
- ½ tsk kanillduft
- ¼ bolli smjörlíki
- ½ bolli Valhnetur, sneiddar og ristaðar
- 2 bollar vanilluís
- ½ bolli púðursykur

LEIÐBEININGAR:
a) Setjið ferskjuhlutana á botninn á olíuborinni grillpönnu í einsleitu lagi.

b) Blandið smjörlíki, púðursykri, valhnetum og kanil saman í lítið fat. Hellið yfir ferskjurnar.

c) Hyljið með annarri álpappírsgrillpönnu.

d) Setjið pakkann á grillið við lágan hita og eldið í 14 til 18 mínútur, eða þar til ávextirnir eru mjúkir, hristið pokann af og til.

e) Berið fram heitt með ís.

26. BBQ safaríkur maís

Gerir: 4 skammta

HRÁEFNI:
- 4 óhýddir maískolar
- 3 matskeiðar Smjör
- 1 hvítlauksgeiri, saxaður
- 1 matskeið fersk steinselja, söxuð
- ½ tsk pipar
- ½ tsk Salt

LEIÐBEININGAR:
a) Fjarlægðu silki úr maíshýði án þess að skilja það frá kolunum.

b) Leggið kolbeina í bleyti í vatni í að minnsta kosti 20 mínútur eða allt að klukkustund eftir að hafa pakkað þeim aftur inn í hýði. Tæmið og þurrkið vel.

c) Blandið saman smjöri, hvítlauk, steinselju, salti og pipar í blöndunarskál.

d) Takið hýðið af kjarnanum og penslið smjörblönduna yfir.

e) Snúðu hýðunum yfir kálana og festu þá með eldhússnúru.

f) Á olíuboruðu grilli við miðlungsháan hita, hyljið og eldið í 15 mínútur, snúið við reglulega, þar til það er brúnt.

27. <u>Grillgrillað maískola</u>

Gerir: 1 skammt

HRÁEFNI:

- Ferskur maískolskur
- Smjör; bráðnað
- Salt og pipar eftir smekk

LEIÐBEININGAR:

a) Dragðu hýðina til baka eftir eldun og bindðu þau saman með hýði til að búa til eins konar handfang.

b) Kryddið með salti og pipar eftir smekk eftir að hafa dýft í bráðið smjör.

c) Steikið í 4 mínútur á hvorri hlið á grillinu.

d) Á meðan þú grillar skaltu snúa maísnum nokkrum sinnum til að tryggja að allar hliðar komist í hita þar til þær eru gullinbrúnar þegar þær eru grillaðar.

28. Grillað Cajun okra og maís

Gerir: 6

HRÁEFNI:
- ¼ bolli ferskur lime safi
- 1 msk Cajun krydd
- 1 tsk rifinn limebörkur
- 1 hvítlauksgeiri, saxaður
- 5½ aura tómatsafi
- 3 eyru hrundið korn, skorin þversum í hluta
- ½ pund okra
- 1 rauð paprika, skorin í 1 tommu ferninga
- Matreiðslusprey fyrir grænmeti

LEIÐBEININGAR:
Í stórum, þungum plastpoka, sameinaðu fyrstu 5**HRÁEFNI:**.

a) Lokaðu pokanum með grænmetinu innan í. Geymið í kæli í 1 klukkustund, snúið pokanum hálfa leið.

b) Notaðu 6 teinar til að skera grænmetið til skiptis.

c) Eldið í 13 mínútur eða þar til það er mjúkt á grillgrindi sem er þakinn eldunarúða, snúið við og stráið reglulega með afganginum af marineringunni.

29. Maís með chilidufti og lime

Gerir: 1 skammt

HRÁEFNI:
- 6 eyru maís
- 3 matskeiðar ósaltað smjör
- 2 tsk chili duft
- Safi úr 2 ferskum lime

LEIÐBEININGAR:
a) Fjarlægðu hýðina rólega af kolunum og fjarlægðu síðan silkið.

b) Smyrjið þunnu lagi af smjöri yfir maísinn. Berið smá lag af chilidufti á hvert eyra.

c) Nuddaðu limesafanum í innri hýði hvers eyra.

d) Steikið eyrun á kolagrilli eða gasgrilli við hóflega háan hita, snúið oft til að tryggja jafna eldun. Það tekur 15-20 mínútur að steikja kornið.

e) Berið fram strax með hýðinu á.

30. Teriyaki grillaður maís

Gerir: 4

HRÁEFNI:
- 1 matskeið púðursykur
- 2 matskeiðar vatn
- 1 matskeið Tómatmauk
- 1 tsk sesamfræ
- 1/4 tsk maíssterkja
- 6 eyru af ferskum maís

LEIÐBEININGAR:
Blandið öllu hráefninu nema maís saman í stórum potti.

a) Látið suðuna koma upp, hrærið reglulega.

b) Lækkið hitann í lágan og eldið í 1 mínútu. Takið af hitanum.

c) Forhitið grillið.

d) Afhýðið maís og eldið í 5 til 10 mínútur, þakið.

e) Þrýstið með gljáa tvisvar eða þrisvar sinnum þegar næstum því er lokið.

31. Grillaður maís með rjómalagðri Pecorino sósu

Gerir: 6

HRÁEFNI:

- 150 g smjör
- Sítrónuolía
- rakaður börkur af ½ sítrónu
- 100 ml rapsolía
- Pecorino sósa
- 2 skalottlaukar, smátt saxaðir
- 2 matskeiðar ósaltað smjör
- 6 maískolar, óhýddir
- 200 ml þeyttur rjómi
- 200 g rifinn pecorino
- 2 hvítlauksgeirar, saxaðir
- 1 matskeið hvítvínsedik

LEIÐBEININGAR:

a) Látið suðu koma upp í pott af söltu vatni.

b) Sjóðið kolana í 5 mínútur með oddana niður í vatninu.

c) Notaðu gaffal til að sameina smjörið og hvítlaukinn í skál. Leggið til hliðar.

d) Hitið sítrónubörkinn og olíuna í litlum potti. Takið pönnuna af hellunni þegar hún byrjar að malla og setjið til hliðar í 10 mínútur til að leyfa olíunni að draga í sig sítrónubragðið.

e) Í potti, eldið skalottlaukana í smjöri þar til hann er mjúkur en ekki brúnn. Bætið ediki út í.

f) Hrærið þar til skalottlaukur hafa gleypt allt edikið.

g) Bætið rjóma út í og eldið í 2 mínútur í viðbót.

h) Hrærið sósuna saman þar til hún er mjúk í hrærivél eða matvinnsluvél og blandið svo rifna ostinum út í. Saltið eftir smekk.

i) Forhitið grillið.

j) Setjið maís á grillið og grillið í 5-7 mínútur.

k) Takið maís af grillinu, brjótið laufin niður og penslið maís með hvítlaukssmjöri.

l) Setjið kola ofan á lítið magn af sósu á fat.

m) Toppið með sneiðum gerjaðan trélauk eða hvítlauksrif.

32. Karamelliseraðir grillaðir ávextir

Gerir: 4 skammta

HRÁEFNI:

- 4 matskeiðar smjör
- 4 Þroskaðar ferskjur
- 4 Þroskaðar rauðar plómur
- 4 smáþroskaðir bananar, skornir langsum
- ¼ bolli dökkbrúnn sykur

LEIÐBEININGAR:

a) Forhitið grillið.

b) Blandið bræddu smjöri og púðursykri saman í stóra blöndunarskál.

c) Blandið öllum ávöxtunum saman við.

d) Leggðu álpappír á grillið, skarast hliðarnar til að mynda eins konar grunn bökunarform.

e) Raðið ávöxtunum á álpappírinn.

f) Eldið þar til ávextirnir eru brúnir og karamelliseraðir á köntunum.

33. S'mores á grillið

Gerir: 4 skammta

HRÁEFNI:
- Handfylli af dökku súkkulaði konfektmolum
- Handfylli M og M
- Handfylli af hnetusmjörsbollum
- Handfylli Graham kex
- Handfylli súkkulaði
- Handfylli marshmallows

LEIÐBEININGAR:
a) Forhitið grillið í miðlungs stilling.
b) Settu 10" x 12" stykki af filmu á flatt yfirborð.
c) Myljið graham kex og setjið á álpappírinn.
d) Settu valið nammi á graham kexið og toppaðu það síðan með marshmallows að eigin vali.
e) Vefjið létt í álpappír og toppið með afganginum af graham kex molunum.
f) Hitið í 2 til 3 mínútur á grillinu, eða þar til marshmallowið hefur bráðnað.

34.   Grillaður pipar s'mores

Gerir: 6 skammta

HRÁEFNI:

- 6 heilgrillaðar paprikur; skrældar
- ½ pund ferskur mozzarella
- Klípa salt
- 3 tsk Ólífuolía
- 1 búnt rósmarín
- Klípa Nýmalaður svartur pipar

LEIÐBEININGAR:
a) Setjið oststykki í hverja papriku.

b) Bætið við örlítilli grein af rósmarín, salti, pipar og 1/2 tsk af ólífuolíu til að klára. Lokaðu toppnum á hverri papriku með söxuðum hlutanum.

c) Forhitið grillið í meðalháan hita.

d) Setjið papriku á grillið og eldið í 2 mínútur á hlið, snúið með töngum þar til osturinn hefur bráðnað.

e) Hellið á diskinn og dreypið ólífuolíu yfir, kryddið með salti og pipar og toppið með rósmaríngrein. Berið fram strax.

35. <u>Grillaðir tómatar og ostur</u>

Gerir: 4 skammta

HRÁEFNI:

- 4 sneiðar af brauði, hvítt
- 1 stór tómatur, þurrkaður og sundurskorinn
- 4 hlutar geitaosti umferðir

Klæðaburður

- 2 tsk sítrónusafi
- Klípa Salt
- Klípið ferskan malaðan pipar
- Úrval salatlaufa
- 1 tsk edik, balsamik
- 2 matskeiðar Ólífuolía

LEIÐBEININGAR:

a) Forhitið grillið.

b) Skerið fjórar umferðir úr brauðsneiðunum með 3 tommu hringlaga málmskera, ristið síðan í vægum ofni í 1-2 mínútur, eða þar til þær eru gullinbrúnar.

c) Setjið tómat- og geitaosthringurnar ofan á ristuðu brauðið og hitið í 4-5 mínútur til viðbótar þar til þær eru gullnar.

Blandið dressingunni saman**HRÁEFNI:**, raðaðu svo grilluðum geitaosthringjum á salatlaufabeð á framreiðsludiskum.

d) Stráið dressingunni ofan á og berið fram strax.

36.   Grillaðir gráðostabitar

Gerir: 8 hluti

HRÁEFNI:
- 2 matskeiðar parmesanostur
- ¼ bolli smjörlíki eða smjör mýkt
- ½ franskbrauð skorið lárétt
- ¼ bolli gráðostur

LEIÐBEININGAR:
a) Blandið smjörlíkinu og ostinum saman.
b) Dreifið ostablöndunni á aðra sneidda hliðina.
c) Vefjið þétt inn í álpappír.
d) Grillið brauð í 6 mínútur, snúið einu sinni, í 5 til 6 tommu frá miðlungs kolum.

SNILLD GÆNMETI

37. Shiitake með viskíi og miso-marinade

Gerir: 6

HRÁEFNI:
- 600 g shiitake

Marinade
- 4 matskeiðar viskí
- 4 matskeiðar canola olía
- 2 matskeiðar dökkt misó
- 2 matskeiðar tamari
- safi af ½ lime
- 1 msk reyrsykur
- 1 hvítlauksrif
- 1 tsk sesamolía

Að þjóna
- 6 eggjarauður
- sjávarsaltflögur

LEIÐBEININGAR:
Blandið öllu marineringunni saman**HRÁEFNI:**.

a) Hreinsið og skerið sveppina í þykkar sneiðar. Penslið þær með marineringunni og setjið þær á bökunarpappírsplötu.

b) Forhitið grillið.

c) Grillið sveppina, snúið þeim við og hjúpið þá með viðbótarmarineringu eftir þörfum. Sveppirnir eru tilbúnir þegar þeir eru orðnir yndislegur karamellusettur gullbrúnn litur.

d) Setjið sveppina á disk. Setjið eggjarauðu í miðjuna á fatinu og skreytið með timjan, sjávarsaltflögum og kornblómablöðum.

38. Bjórmarineruð eggaldin með Shiitake

Gerir: 6

HRÁEFNI:
Bjórmarinerað eggaldin
- 3 stór eggaldin
- 330 ml bjór
- 2 hvítlauksrif, létt mulin
- 2 matskeiðar malt edik
- 2 tsk salt

Tómatsósa
- 1 matskeið tómatpuré
- 6 stórir tómatar
- 2 matskeiðar ólífuolía
- 1 matskeið hvítvínsedik
- 1 matskeið duftformi hafþyrni
- 100 ml sveppakraftur
- Shiitake kastað í smjör
- 2 matskeiðar canola olía
- 300 g shiitake
- 2 matskeiðar ósaltað smjör
- 1 matskeið viskí
- Salt
- 2 laukar, smátt saxaðir

Að þjóna
- 2–3 greinar af kóríander

LEIÐBEININGAR:

Blandið marineruðu saman í plastpoka**HRÁEFNI:**, bætið svo eggaldinsneiðunum við.

a) Kælið í 7–8 klst.

b) Tómatarnir eru helmingaðir og smátt í skál.

c) Hitið ólífuolíuna á meðalstórri pönnu og brúnið laukinn.

d) Hækkið hitann aðeins eftir að tómatmaukinu er bætt út í.

e) Hellið ediki, hafþyrnidufti, sveppakrafti og rifnum tómötum út í.

f) Látið malla í 20–30 mínútur, kryddið eftir smekk.

g) Fjarlægðu marineruðu eggaldinsneiðarnar og grillaðu þar til þær hafa skorpu og djúpan lit.

h) Hitið rapsolíuna á pönnu þar til hún er að rjúka.

i) Bætið sveppunum út í og eldið í 5 mínútur.

j) Lækkið hitann og hrærið síðan smjörinu saman við.

k) Berið fram á fati eða í skál. Hellið smá tómatsósu ofan á eggaldinsneiðarnar og setjið síðan sveppina og kóríander yfir.

39. Grillaður aspas með burrata

Gerir: 6

HRÁEFNI:
- 1 kg aspas
- 2 matskeiðar canola olía
- Kumquat sósa
- 12 kúmquats, sneið
- 2 matskeiðar rifið túrmerik
- 1 vanillustöng skipt á lengd
- 3 stjörnu anís
- 100 ml hunang
- 300 ml vatn

Að þjóna
- 6 burrata kúlur
- 6 eggjarauður
- 6 matskeiðar ristað bókhveiti
- 6 tsk blaðlaukaska

LEIÐBEININGAR:
Í potti við háan hita, láttu allt hráefnið sjóða í 10 mínútur.

a) Síið sósuna í skál með sigti.

b) Blandið klippta aspasnum saman við rapsolíuna í skál.

c) Settu aspasinn á grillið í 5 mínútur og rúllaðu þeim reglulega fram og til baka.

d) Rífðu burrata bolta í tvennt.

e) Setjið það á bakka og setjið haug af aspas við hliðina, toppið með eggjarauðu, skerið síðan í burrata þar til eggjarauðan rennur út.

f) Dreypið 3–4 matskeiðum af kumquat sósu ofan á.

40. **Austur saltvatn með grilluðu grænmeti**

Gerir: 2 1/2 bollar

HRÁEFNI:
- 6 hvítlauksrif; hakkað
- 2 matskeiðar engifer; hakkað
- 2 lime
- ½ bolli myntulauf; hægelduðum
- ½ bolli Cilantro; hægelduðum
- ½ bolli basil; hægelduðum
- 3 grænir laukar; hakkað
- 8 Serrano chili; hakkað
- ½ bolli Ólífuolía
- ½ bolli Sherry; þurrt
- ¼ bolli ostrusósa
- ¼ bolli sojasósa
- ¼ bolli hunang
- 1 matskeið Chili sósa

LEIÐBEININGAR:
a) Takið út og rífið börkinn af lime og safa lime.
b) Hráefni: Blandið saman: og marineríð.
c) Grillið í 2 tíma og snúið öðru hvoru og penslið með saltvatni.

41.   Grillað blómkál með Gremolata

Gerir: 6

HRÁEFNI:
- 2 blómkálshausar
- 100 ml rapsolía
- 150 g ósaltað smjör
- salt
- Gremolata
- 6 matskeiðar smátt skorin steinseljublöð
- 2 msk furuhnetur, ristaðar
- 1 msk fínt saxað grænt chili
- 1 matskeið fínt saxaður hvítlaukur
- 1 sítróna, fínt rifin
- sjávarsaltflögur
- 90 g hvít rifsber

LEIÐBEININGAR:
a) Leggðu plötu af bökunarpappír ofan á aðeins stærri plötu af eldhúspappír.
Blandið öllu gremolata saman í blöndunarskál**HRÁEFNI:**s.
b) Penslið hverja blómkálssneið létt með olíu á báðum hliðum.
c) Setjið þær á bökunarpappír, smjörið þær og kryddið með salti. Grill.
d) Brjótið saman í pakka og setjið aftur á grillið.
e) Eftir 30 mínútur skaltu opna pakkann og athuga hvort blómkálið hafi fengið svakalega gullbrúnan lit.
f) Setjið eina sneið af blómkáli á hvern disk, toppið síðan með vænni matskeið af gremolata og hvítum rifsberjum.

42. Grillaðar baunir og vorlaukur með baunaspírum

Gerir: 6

HRÁEFNI:
- 12 litlir vorlaukar
- 3 matskeiðar ólífuolía
- 1 kg baunir í belg
- 125 g baunaspírur
- 10 g saxuð myntulauf
- sjávarsaltflögur

LEIÐBEININGAR:
a) Kljúfið vorlaukinn eftir endilöngu, geymið eins mörg blöð og hægt er.

b) Penslið afskorna brúnir vorlaukanna með olíu.

c) Setjið vorlaukinn á grillið og steikið í 10 mínútur, eða þar til þeir eru farnir að mýkjast og hafa tekið smá lit.

d) Snúið þeim við og eldið í 5 mínútur í viðbót.

e) Setjið vorlaukinn til hliðar í stóru blöndunarskálinni.

f) Setjið baunirnar í belgina á grillið og eldið þar til belgirnir byrja að svartna, 5 mínútur. Látið standa í 5 mínútur í viðbót eftir að hafa snúið þeim við.

g) Takið baunirnar úr fræbelgjunum þegar þær eru orðnar nógu kaldar til að höndla þær og setjið þær í skálina með vorlauknum.

h) Hellið olíunni sem eftir er í skálina og síðan baunaspírunum og myntu.

i) Kryddið með salti og hrærið þar til allt er orðið loftgott – helst með hendurnar.

43. Kolgrillaðir shiitakes

Gerir: 4 skammta

HRÁEFNI:

- 8 aura Shiitakes, þvegið og stilkunum hent
- 1 matskeið Ólífuolía
- 1 matskeið Tamari
- 1 matskeið hvítlaukur, pressaður
- 1 tsk rósmarín, söxuð
- Salt og svartur pipar
- 1 tsk hlynsíróp
- 1 tsk sesamolía
- Edamame

LEIÐBEININGAR:
Marinerið sveppi í 5 mínútur með hinu hráefninu.

a) Grillið hetturnar yfir glóðunum þar til þær eru mjúklega brúnar.
b) Efst með Edamame.

44. Grillað konfetti grænmeti

Gerir: 4 skammta

HRÁEFNI:

- 8 kirsuberjatómatar; - helmingaður, allt að 10
- 1½ bolli maís skorinn úr kolunum
- 1 sæt rauð paprika; julienned
- ½ græn pipar; julienned
- 1 lítill laukur; Hlutað
- 1 matskeið fersk basil lauf; hægelduðum
- ¼ tsk Rifinn sítrónubörkur
- Salt og pipar; að smakka
- 1 matskeið + 1 teskeið ósaltað smjör eða; smjörlíki; skera inn

LEIÐBEININGAR:
Blandið öllum hráefnum nema smjöri í stóra hrærivélaskál.
a) Setjið hvern helming í miðjuna á sterkri álpappír.
b) Smyrjið grænmetið með smjöri og þéttið álpappírinn.
c) Grillið álpappírspakka í 15 til 20 mínútur yfir hæfilega heitum kolum, eða þar til grænmetið er soðið.
d) Berið fram strax.

45. Haustgrænmeti á grillinu

Gerir: 1 skammt

HRÁEFNI:
- 2 kartöflur, skornar í bita
- 1 Acorn leiðsögn, í teningum
- ¼ bolli smjör; bráðnað
- 1 matskeið timjan
- Salt og pipar eftir smekk
- 2 sætar kartöflur, skornar í bita
- 3 matskeiðar jurtaolía

LEIÐBEININGAR:
a) Undirbúðu grillið fyrir óbeina grillun.
b) Blandið saman grænmeti, olíu, salti og pipar í blöndunarskál.
c) Blandið saman smjörinu og timjaninu á litlum disk.
d) Setjið grænmeti á grillið.
e) Eldið í 15 mínútur með lokuðum toppi.
f) Snúið við, penslið með smjör- og timjanblöndunni og eldið í 15 mínútur í viðbót þar til grænmetið er mjúkt.

46. Brenndar rauðrófur með feta og Dukkah

Gerir: 6

HRÁEFNI:

- 6 litlar rauðrófur
- 6 sneiðar af súrdeigsbrauði
- Ósaltað smjör
- 2 únsur. feta, helst gert með geitamjólk
- 6 teskeiðar Dukkah
- ferskar blandaðar kryddjurtir, td oregano, steinselja, shiso og basil
- sjávarsaltflögur

LEIÐBEININGAR:

a) Takið rauðrófurnar upp og setjið þær á kolalausu hliðina á grillinu.

b) Lokið lokinu og steikið í 1 klukkustund við óbeinan hita, þar til rófurnar eru mjúkar þegar þær eru pressaðar léttar.

c) Afhýðið rauðrófurnar.

d) Smyrjið brauðbitana, grillið þá fljótt á annarri hliðinni án smjörs, snúið þeim svo við og hitið þar til skýrar grillrendur koma í ljós.

e) Skerið rauðrófurnar í sneiðar og toppið með feta-mola. Setjið á grillið í 2 mínútur til að bræða ostinn.

f) Setjið nokkrar rauðrófusneiðar með feta á hverja brauðsneið, toppið með Dukkah, kryddjurtum og sjávarsaltflögum og berið fram.

47. Pækil grillað grænmeti

Gerir: 6 skammta

HRÁEFNI:

- 2 bollar extra virgin ólífuolía
- ½ bolli balsamik edik
- 2 matskeiðar saxaður skalottlaukur
- 1 matskeið hakkað hvítlauksmauk
- ½ bolli chiffonade af basil
- 1 radicchio höfuð; fjórðungur
- 2 kreóla tómatar; Hlutað
- 1 rauðlaukur; Hlutað
- 1 kúrbít; Hlutað
- 2 bollar Mismunandi villisveppir
- 1 gulur leiðsögn; Hlutað
- ½ pund aspasspjót; bleikað
- 1 tsk salt
- 1 tsk nýmalaður svartur pipar

LEIÐBEININGAR:

a) Hitið grillið. Kryddið grænmetið með 2 matskeiðar af ólífuolíu, salti og pipar.

b) Grillið grænmetið (að sveppunum undanskildum) í 2 mínútur á hvorri hlið.

c) Blandið ólífuolíu, ediki, skalottlaukum, hvítlauk og basilíku saman í blöndunarskál.

d) Kryddið með salti og pipar.

e) Setjið mismunandi grænmeti til skiptis í soufflé úr gleri.

f) Hellið saltvatninu yfir grænmetið og látið marinerast í 12 klukkustundir eða yfir nótt.

48. Chimichurri grillað grænmeti

Gerir: 4 skammta

HRÁEFNI:
- 1/2 bolli ólífuolía
- 2 tsk ferskt timjan
- 2 skalottlaukar, skornir í fjórða
- 3 hvítlauksrif, mulin
- 1/3 bolli fersk steinseljulauf
- 1/4 bolli fersk basilíkublöð
- 1/2 tsk salt
- 2 matskeiðar ferskur sítrónusafi
- 1 rauðlaukur, skorinn í fjórða
- 1 sæt kartöflu, afhýdd og skorin í teninga
- 1 kúrbít, skorinn á ská
- 2 þroskaðar grjónir, helmingaðar langsum
- 1/4 tsk svartur pipar

LEIÐBEININGAR:
a) Forhitið grillið.
b) Saxið skalottlaukur og hvítlauk smátt í matvinnsluvél.
c) Púlsaðu þar til steinselja, basilíka, timjan, salt og pipar eru fínt söxuð. Vinnið þar til sítrónusafinn og ólífuolían hafa blandast vel saman. Færðu í litla skál.
d) Penslið grænmetið með Chimichurri sósunni.
e) Settu þau á grillið til að elda.
f) Haltu áfram að grilla þar til grænmetið er orðið mjúkt, 10 til 15 mínútur fyrir allt nema grisjur, sem ætti að gera á 7 mínútum.
g) Berið fram strax með ögn af sósuafganginum.

GRILLD MEÐFERÐ

49. Mjúkur grillaður kampavínsblaðlaukur

Gerir: 4 skammta

HRÁEFNI:

- 1 bolli soð
- 6 leka, snyrt
- 2 matskeiðar Ólífuolía
- 1 bolli ferskt timjan; í grófum teningum
- 2 bollar kampavín
- 1 bolli fetaostur
- Salt og pipar; að smakka

LEIÐBEININGAR:

a) Hitið ólífuolíu á stórri searpönnu yfir miðlungshita.

b) Bætið timjaninu út í hituðu olíuna og þeytið í 1 mínútu.

c) Eldið í 3 mínútur, eða þar til blaðlaukur er létt brúnaður.

d) Bætið kampavíni og soðinu út í og látið malla í 8 mínútur. Setja til hliðar.

e) Á meðan, grillið blaðlauk í 8 til 10 mínútur yfir miðlungs heitum kolaeldi, snúið nokkrum sinnum.

f) Takið blaðlaukinn af grillinu og skerið hann í tvennt eftir endilöngu.

g) Berið fram strax, toppið hvern skammt með fetaost og ögn af minni sósunni.

50. Cheddar grillaðar rússuðu kartöflur

Gerir: 4 skammta

HRÁEFNI:

- 3 rauðar kartöflur, hver skornar í 8, langsum báta
- 1 laukur, þunnt sundurskorinn
- 2 matskeiðar Ólífuolía
- 1 msk Fersk steinselja í teninga
- ½ tsk Hvítlauksduft
- ½ tsk Salt
- ½ tsk Grófmalaður pipar
- 1 bolli rifinn cheddar ostur

LEIÐBEININGAR:

a) Blandið kartöflubátum, lauk, olíu, steinselju, hvítlauksdufti, salti og pipar saman í stóra blöndunarskál.

b) Settu eitt lag í álpappírsgrillpönnu. Hyljið með öðru álpappírspönnu. Notaðu filmu til að styrkja lokuðu brún pakkans.

c) Setjið á grill við meðalhita og eldið í 40 til 50 mínútur, eða þar til það er mjúkt, hristið pakkann af og til og snúið honum á hvolf hálfa grillið. Takið lokið af og toppið með osti.

d) Eldið 3 til 4 mínútur lengur, þakið, þar til osturinn bráðnar.

51. Grillað leiðsögn og kúrbít

Gerir: 4 skammta

HRÁEFNI:

- ¼ bolli Ólífuolía
- ¼ bolli Hakkaður ferskur chili pipar
- 2 matskeiðar Comino fræ
- Salt og pipar eftir smekk
- 2 kúrbít, skorið langsum
- 2 Sumarskvass, skorið
- ¼ bolli Ólífuolía
- ⅓ bolli Ferskur lime safi
- 3 matskeiðar hunang
- ¼ bolli Gróft skorinn ferskur kóríander
- Salt og pipar eftir smekk
- 1 matskeið saxaður hvítlaukur

LEIÐBEININGAR:

a) Í litlu fati, þeytið saman allt hráefni í dressingunni: og látið það liggja til hliðar.

b) Sameina ólífuolíu, hvítlauk, chile pipar og Comino fræ í meðalstórri blöndunarskál.

c) Blandið squash- og kúrbítsplankunum vandlega saman við þar til squashið er þakið.

d) Forhitið grillið í miðlungs hátt og eldið grænmetið í um það bil 3 mínútur á hvorri hlið, eða þar til þær eru orðnar vel brúnaðar.

e) Fjarlægðu grænmetið af grillinu, settu þær á bakka og dreyfðu dressingunni yfir.

51. Grillað leiðsögn og kúrbít

Gerir: 4 skammta

HRÁEFNI:

- ¼ bolli Ólífuolía
- ¼ bolli Hakkaður ferskur chili pipar
- 2 matskeiðar Comino fræ
- Salt og pipar eftir smekk
- 2 kúrbít, skorið langsum
- 2 Sumarskvass, skorið
- ¼ bolli Ólífuolía
- ⅓ bolli Ferskur lime safi
- 3 matskeiðar hunang
- ¼ bolli Gróft skorinn ferskur kóríander
- Salt og pipar eftir smekk
- 1 matskeið saxaður hvítlaukur

LEIÐBEININGAR:

a) Í litlu fati, þeytið saman allt hráefni í dressingunni: og látið það liggja til hliðar.

b) Sameina ólífuolíu, hvítlauk, chile pipar og Comino fræ í meðalstórri blöndunarskál.

c) Blandið squash- og kúrbítsplankunum vandlega saman við þar til squashið er þakið.

d) Forhitið grillið í miðlungs hátt og eldið grænmetið í um það bil 3 mínútur á hvorri hlið, eða þar til þær eru orðnar vel brúnaðar.

e) Fjarlægðu grænmetið af grillinu, settu þær á bakka og dreyfðu dressingunni yfir.

52.   Grillaður bok Choy

Gerir: 6

HRÁEFNI:

- 2 höfuð bok choy
- ¼ bolli hrísgrjónavínsedik
- 1 matskeið Chili sósa
- Salt og pipar
- ¾ bolli jurtaolía
- 2 rauðlaukur; hægelduðum
- 2 matskeiðar sesamfræ

LEIÐBEININGAR:

a) Blandið saman ediki, chilisósu og salti og pipar í fat.

b) Bætið olíunni við. Blandið lauknum og sesamfræjunum vandlega saman við.

c) Forhitið grillið og setjið bok choy bitana í 2 til 5 mínútur, þar til þær eru stökkar og mjúkar.

53. Kolristaðar gulrætur með ástarsoði

Gerir: 6

HRÁEFNI:
- 6 meðalstórar gulrætur, helst fjólubláar

Lovage seyði
- 2 lítrar af grænmetiskrafti
- 1 matskeið hvítvínsedik
- 1 stykki af túrmerik, sneið með húð á
- 1 tsk svört piparkorn
- 1 kvistur af ástsósu
- 1 tsk Sichuan pipar
- 1 tsk kóríanderfræ

Að þjóna
- kviðskrúða
- steinseljublöð
- vatnakarsa
- kaldpressuð rapsolía

LEIÐBEININGAR:

a) Hitið grænmetiskraftinn, túrmerik, piparkorn, kóríanderfræ og Sichuan pipar að suðu. Blandið kálinu og ediki út í.

b) Hrærið nokkrum sinnum, hyljið síðan og setjið til hliðar í 20 mínútur. Sigtið og kryddið með salti og pipar.

c) Fylltu grillið til hálfs með kolum eða stokkum svo þú getir steikt gulræturnar síðar með óbeinum hita. Kveiktu á grillinu og eftir að það er heitt skaltu setja gulræturnar beint á kolin til að leyfa ysta lagið að brenna. Notaðu töng, snúðu mörgum sinnum.

d) Taktu upp gulræturnar og settu þær á kollausu hliðina á grillinu.

e) Steikið í 30 mínútur við óbeinan hita.

f) Diskið og endið svo með soði og nokkrum dropum af ilmandi, rapsolíu.

54. **Grillaður aspas**

Gerir: 4

HRÁEFNI:
- 1 búnt aspas
- 1/2 bolli balsamik edik
- Dash salt

LEIÐBEININGAR:
a) Forhitið grillið, annað hvort gas eða kol.
b) Leyfðu edikinu í 15-30 mínútur að renna inn í aspasinn. Marinerið í 1 klukkustund fyrir besta bragðið.
c) Leggið aspas hægt og rólega á efri grind grillsins.
d) Eldið þar til það er stökkt og fallega brúnt.

55. Grillaðir Portobello sveppir

Gerir: 4 skammta

HRÁEFNI:

- 1/4 tsk laukduft
- 4 Portobello sveppir, stilkar fjarlægðir
- Klípa salt
- 1/2 bolli rauð paprika, saxuð
- 4 matskeiðar ólífuolía
- 1/2 tsk svartur pipar
- 1 hvítlauksgeiri, saxaður

LEIÐBEININGAR:

a) Forhitið útigrill á miðlungshita og smyrjið létt á grillristina.

b) Í stórri blöndunarskál, blandaðu saman rauðum papriku, hvítlauk, olíu, laukdufti, salti og möluðum svörtum pipar.

c) Grillið sveppi í 15 til 20 mínútur við óbeinan hita og berið svo fram með rauðri paprikublöndunni.

56. Grillaðar kryddaðar franskar

Gerir: 4 til 6 skammta

HRÁEFNI:

- 1 pund af kartöflum, skipt í franskar og soðnar
- 3 matskeiðar Ólífuolía
- 2 hver hvítlauksrif, söxuð
- Salt og pipar
- 1½ tsk Chili duft
- 3 matskeiðar jurtaolía
- 1 klípa Cayenne

LEIÐBEININGAR:

a) Blandið saman kryddblöndunni.

b) Tæmdu soðnu kartöflurnar og hentu þeim strax í kryddblönduna sem hefur verið útbúin.

c) Blandið varlega saman og færið yfir á heitt grill.

d) Grillið franskarnar yfir heitum kolum.

e) Þeytið kartöflurnar með afgangi af kryddblöndu þegar þær halda áfram að elda.

57. Brennt grænkál

Gerir: um 8–10

HRÁEFNI:
- 500 g grænkál
- Klípa sjávarsalt
- 4 lítil hvítlauksrif
- ½ bolli ólífuolía
- Klípa malaður svartur pipar

LEIÐBEININGAR:
a) Forhitið ofninn í 120 gráður á Celsíus (250 gráður Fahrenheit / Gas 12).
b) Dreypið ólífuolíu yfir grænkálsblöðin og hvítlaukinn á bökunarplötu.
c) Kryddið vel með salti og pipar og grillið síðan í 20 mínútur.
d) Fjarlægðu ristuðu laufin og settu þau á vírgrind til að kólna, notaðu bökunarpappírinn til að ná í auka olíu.

PIZSU, BRAUÐ OG QUESADILLAS

58. Grillað ostabrauð

Gerir: 2 samlokur

HRÁEFNI:
- 3 aura rjómaostur
- 1/4 bolli Hægeldaður grænn laukur með ofanverðu
- 2 matskeiðar smjör eða smjörlíki
- 1/2 tsk hvítlaukssalt
- 1 bolli rifinn mozzarella ostur
- 1 franskbrauð

LEIÐBEININGAR:

a) Blandið rjómaosti og smjöri saman í blöndunarskál.

b) Blandið ostinum, lauknum og hvítlaukssalti saman við.

c) Smyrjið báðum megin við hvern brauðhluta.

d) Vefjið álpappír utan um brauðið.

e) Grillið, þakið, í 8-10 mínútur yfir miðlungs kolum, snúið einu sinni

f) Fjarlægðu álpappír og eldaðu í 5 mínútur í viðbót.

59. <u>Grillið calzones</u>

Gerir: 6 Calzones

HRÁEFNI:
- 8 sneiðar af hvítu samlokubrauði
- 2 bollar rifinn Monterey Jack ostur
- 12 þunnar sneiðar af vegan salami
- 2 matskeiðar smjörlíki
- 1/2 bolli pizzasósa

LEIÐBEININGAR:
a) Forhitið kolagrillið eða gasgrillið.

b) Smjörlíki er dreift á aðra hliðina á tveimur brauðsneiðum.

c) Settu 1 hluta á grillið, smjörlíki upp.

d) Dreifið pizzusósunni í miðju brauðsins.

e) Stráið 1/2 bolla af osti og þremur vegan salami bitum yfir.

f) Settu afganginn af brauðinu ofan á, smjörlíki niður.

g) Grillið í 8 til 10 mínútur, snúið einu sinni við vægan hita, þar til brauðið er gullbrúnt og osturinn bráðinn.

60. <u>Pítu pizzur</u>

Gerir: 1 pizzu

HRÁEFNI:
- 3 matskeiðar pizzasósa
- 1 píta
- 1 tsk ólífuolía
- 1/2 bolli mozzarella ostur, rifinn
- 1/4 bolli crimini sveppir, skornir í sneiðar
- 1/8 tsk hvítlaukssalt

LEIÐBEININGAR:
a) Forhitið grillið.
b) Smyrjið ólífuolíu á pítuna.
c) Bætið sósunni og ostinum út í og setjið síðan grænmetið ofan á.
d) Kryddið með hvítlaukssalti.
e) Olía grillið létt.
f) Hitið grillið og eldið þar til osturinn er alveg bráðinn.

61. Pizzasamlokur

Gerir: 4 skammta

HRÁEFNI:
- Brauð
- Smjör
- 1 dós pizzasósa
- Pepperoni
- 1 pakki af rifnum pizzuosti

LEIÐBEININGAR:
a) Setjið brauð niður á bökunarplötu.
b) Toppið með pizzasósu, pepperoni og pizzaosti.
c) Smyrðu aðra brauðsneið og settu ofan á pizzusamlokuna þína.
d) Vefjið pizzusamlokunni inn í filmu og eldið í 3-4 mínútur á hverri hlið á heitum glóðum.

62. Grillað brauð með tómötum

Gerir: 4 skammta

HRÁEFNI:

- 4 stórir þroskaðir tómatar, þvegnir og skornir í teninga
- ¼ bolli Basil lauf, rifin
- 6 sneiðar af brauði, sneið og helminguð
- 3 stór hvítlauksrif, létt mulin
- Salt og pipar
- 4 matskeiðar Ólífuolía

LEIÐBEININGAR:

a) Blandið þeim saman við basilíkublöðin í lítilli skál.

b) Grillið brauðbitana þar til þeir eru ljósbrúnir á báðum hliðum. Notaðu hvítlauksrif og nuddaðu hvern hluta.

c) Dreifið hluta af tómatblöndunni ofan á ristað brauð, kryddið með salti og pipar og dreypið ólífuolíu yfir.

63. Grillað brauð með eggaldin

Gerir: 6

HRÁEFNI:

- 2 eggaldin
- 2 rauðar paprikur
- extra virgin ólífuolía
- 3 matskeiðar ólífuolía
- 6 hlutar land- eða bændabrauð
- sjávarsalt eftir smekk
- 1 stór hvítlauksgeiri, helmingaður
- 3 litlir þroskaðir tómatar, helmingaður kross; vitur

LEIÐBEININGAR:

a) Grillið eggaldinið og rauða paprikuna undir grillinu.

b) Grillið grænmetið þar til það er algjörlega kulnað og eggaldinið er mjúkt, snúið því við með töngum á nokkurra mínútna fresti.

c) Takið grænmetið upp og fletjið hýðið af eftir 20 mínútur. Fjarlægðu kjarnann, skafðu fræin úr og skerðu síðan holdið í langar, fínar ræmur eftir að paprikurnar hafa verið helmingaðar langsum.

d) Blandið paprikunni og eggaldininu saman við ólífuolíu og hvítlauk í fat.

e) Á meðan brauðið er enn heitt, smyrðu hvítlauksrif í skorpuna.

f) Nuddið tómatarhelmingunum á ristuðu brauðið.

g) Stráið salti og ólífuolíu yfir og toppið síðan með flækju af escalivada.

64. Grillað Panini

Gerir: 1 skammt

HRÁEFNI:

- 1 tsk ger
- 3¼ bolli hveiti
- 1½ tsk Salt
- ½ tsk sykur
- 1¼ bolli volgu vatni
- 3 matskeiðar Ólífuolía

LEIÐBEININGAR:
Settu hráefnin í brauðvélarformið í þeirri röð sem tilgreind er.
a) Eftir að hringrásinni er lokið skaltu skipta deiginu í sex hluta.
b) Hnoðið deigið í kúlur og dreifið því síðan út í sporöskjulaga.
c) Bakið panini í um það bil 7 mínútur, eða þar til það er blásið.
d) Skerið langsum og fyllið síðan með ýmsum ostum, súrum gúrkum og salötum.
e) Ristaðu Panini á samlokugrillinu þínu þar til hann er gullinbrúnn.

65. Kryddlauksgrillbrauð

Gerir: 6 skammta

HRÁEFNI:

- 1 pakki af Virku þurrgeri
- 1¼ bolli af volgu vatni
- 1½ bollar Heilhveiti eða hýðishrísgrjónamjöl
- 1 búnt rauðlauk
- 1 matskeið rósmarín; Hægelduðum
- 1 matskeið timjan; Hægelduðum
- 1 matskeið salvía; Hægelduðum
- 1 matskeið Ólífuolía
- 2 tsk salt
- 2 bollar óbleikt hveiti
- Matreiðslusprey

LEIÐBEININGAR:

a) Leysið gerið upp í vatni í stórri blöndunarskál og setjið til hliðar þar til það er loftbólur. Hrærið heilhveiti, lauk, rósmarín, timjan og salvíu út í einu í einu.

b) Blandið saman ólífuolíu, salti og hvítu hveiti.

c) Hnoðið í 10 mínútur á létt hveitistráðu yfirborði, bætið við auka hveiti eftir þörfum til að það festist ekki.

d) Mótið kúlu og setjið í létt sprautað eldfast mót.

e) Forhitið grillið í meðalháan hita.

f) Gerðu sex kúlur úr deiginu.

g) Settu brauðin á grillið og eldið í 2 til 3 mínútur á hvorri hlið, flettu hálfa leið í gegn, þar til þau eru vel merkt og brún.

66. Grillaðar quesadillas úr svörtum baunum

Gerir: 1 skammt

HRÁEFNI:

- 2 matskeiðar tómatar; Hægelduðum
- 2 matskeiðar Grænn laukur; Hægelduðum
- 2 matskeiðar grillaður maís
- 1 matskeið cilantro; Hægelduðum
- ¼ bolli svartar baunir, soðnar og maukaðar
- 8 aura af cheddar osti; rifið
- 1 klípa kúmen
- 1 klípa af Chile pipar
- Klípa Salt
- Salsa
- Klípið malaður pipar
- 4 hveiti tortillur
- 8 blandaðar paprikur, skornar í teninga

LEIÐBEININGAR:
a) Forhitið grillið í hóflegt hitastig.
Blandið öllu hráefninu saman í fat.
b) Dreifið fyllingarblöndunni þunnt ofan á tortilluna.
Setjið seinni tortilluna ofan á hráefnið.
c) Sprayaðu efri og neðri tortillurnar létt með Pam matreiðsluúða.
d) Setjið quesadilla á grillið og eldið í 4 til 5 mínútur á annarri hliðinni.
e) Snúið við og brúnið í nokkrar mínútur.
f) Berið fram með salsa að eigin vali.

67. Grillaðar kryddaðar osta quesadillas

Gerir: 8 skammta

HRÁEFNI:

- 3 matskeiðar jurtaolía
- ½ rauðlaukur afhýddur þunnt
- 8 hveiti tortillur
- 1 rauð paprika grilluð hýði
- 4 aura Mozzarella ostur, rifinn
- 6 aura Monterey Jack ostur, rifinn
- 2 hvítlauksrif, söxuð
- 2 matskeiðar Ferskur hægeldaður marjoram
- 2 matskeiðar ferskt niðurskorið oregano
- ½ tsk Salt
- 1 klípa af svörtum pipar

LEIÐBEININGAR:

a) Við meðalhita, eldið laukinn, hrærið af og til, þar til hann er visnaður og gegnsær, um það bil 5 mínútur.

b) Forhitið pönnu í heitt.

c) Blandið lauknum, rauðum piparstrimlum, osti, hvítlauk, marjoram, oregano, salti og pipar saman í stóra blöndunarskál og setjið fyllinguna á milli quesadilla.

d) Grillið tortillurnar í 3 mínútur á hvorri hlið eða þar til osturinn er bráðinn og mjúklega brúnaður.

68. Grillaðar grænmetis quesadillas

Gerir: 4 skammta

HRÁEFNI:

- 2 rauðar paprikur
- 1 græn paprika
- 2 gular paprikur
- 2 Anaheim chilipipar; sáð
- 1 laukur; skrældar og sundurskornar
- 1 stórt avókadó; skrældar og maukaðar
- 3 matskeiðar síuð jógúrt
- 1 msk nýrifinn parmesanostur
- ⅛ teskeið Nýmalaður svartur pipar
- 4 heilhveiti tortillur
- 6 tómatar; helmingaður og fræhreinsaður
- 3 matskeiðar ferskt niðurskorið kóríander

LEIÐBEININGAR:

a) Settu tómatana, paprikuna og laukinn beint á grillið. Setja til hliðar.

b) Fjarlægðu kulnuðu svarta piparhýðið með því að afhýða eða skola það.

c) Dreifið maukuðu avókadóinu, síuðri jógúrt, parmesanosti og svörtum pipar jafnt yfir tortillurnar.

d) Leggðu grillaða grænmetið í eftirfarandi röð: laukur, tómatar, gulur, rauður, grænn og Anaheim papriku.

e) Rúllaðu quesadillunni frá hlaðinni hliðinni að tómu flipanum og stráðu kóríander yfir.

f) Færið quesadillasurnar yfir á pönnu og grillið í 10 mínútur eftir að þær eru þaknar álpappír.

SMOKKERUR OG HAMMORGARAR

69. Linsuhrísgrjónaborgarar

Gerir: 8 skammta

HRÁEFNI:
- ¾ bolli linsubaunir
- 1 sæt kartöflu
- 10 fersk spínatblöð, rifin
- 1 bolli ferskir sveppir, skornir í teninga
- ¾ bolli Brauðrasp
- 1 tsk estragon
- 1 tsk Hvítlauksduft
- 1 tsk steinseljuflögur
- ¾ bolli langkorna hrísgrjón

LEIÐBEININGAR:
a) Eldið hrísgrjón þar til þau eru mjúk og örlítið klístruð, bætið síðan við linsubaunir.

b) Saxið soðna, skrælda sæta kartöflu.
Blandið hrísgrjónablöndunni, sætu kartöflunni og öllum öðrum hráefnum saman í blöndunarskál.

c) Kælið í 15 til 30 mínútur. Mótið kökur og eldið á útigrilli með grænmetisgrilli.

d) Vertu viss um að olíu eða úða pönnuna með Pam til að koma í veg fyrir að hamborgararnir festist.

70. Mung Bean hamborgari með ólífum

Gerir: 4 skammta

HRÁEFNI:

- 1/2 bolli grænar mung baunir, lagðar í bleyti og soðnar
- 1 msk gyllt hörfræ, maluð
- ¼ tsk svartur pipar
- ½ bolli Kalamata ólífur, smátt saxaðar
- ½ tsk oregano
- ¼–½ tsk keltneskt sjávarsalt
- 1 matskeið lífrænt tómatmauk
- 1 matskeið sólþurrkaðir tómatar, skornir í teninga
- ¼ bolli fersk steinselja, söxuð
- ½ bolli laukur, skorinn í bita
- 2 hvítlauksrif, söxuð

LEIÐBEININGAR:

a) Forhitið ofninn í 375 gráður á Fahrenheit.

b) Blandið saman hörfræi og vatni í skál.

c) Maukið baunirnar í matvinnsluvél þar til þær hafa mjúka áferð.

d) Sett í meðalstóra blöndunarskál.

e) Hellið ólífum, lauk, hvítlauk, sólþurrkuðum tómötum, steinselju, kryddi, tómatmauki og hörblöndunni út í.

f) Mótaðu í 4-6 hamborgara og dreifðu jafnt á pönnu.

g) Eldið í 15 mínútur á annarri hliðinni, snúið síðan við og eldið í 5 mínútur í viðbót.

71.   Black Bean hamborgari með cheddar og lauk

Gerir: 6

HRÁEFNI:

- 400 g soðnar svartar baunir
- hnetuolía til steikingar
- 65 g fínt saxaður laukur
- 1 tsk reykt paprika
- 3 matskeiðar BBQ sósa
- 1 tsk chili duft
- 50 g þurrristaðar valhnetur
- 2 matskeiðar smátt saxað kóríander
- 100 g soðin svört hrísgrjón
- 25 g panko brauðrasp
- sjó salt
- Karamellulagaður laukur
- 2 laukar
- 2 matskeiðar smjör
- 1 matskeið rauðvínsedik

Að þjóna

- 120 g Cheddar
- 6 hamborgarabollur, helmingaðar
- smjör fyrir bollurnar
- Romaine salatblöð

LEIÐBEININGAR:

a) Hitið olíu á pönnu og steikið laukinn.

b) Lækkið hitann í lágan og bætið chili og papriku út í.

c) Hrærið BBQ sósunni saman við.

d) Í blöndunarskál skaltu kasta valhnetum með baununum, kóríander, hrísgrjónum, panko brauðmylsnu og smá salti.

e) Hrærið laukblöndunni saman við þar til hún hefur blandast vel saman.

f) Mótið 6 hringlaga bökunarbollur með handfylli af blöndunni í einu og pakkið þeim síðan inn í matarfilmu.

g) Kælið í að minnsta kosti eina klukkustund.

h) Setjið laukinn í kaldan pott eftir að hafa afhýtt og saxað. Setjið smjörið í pottinn og setjið það yfir miðlungshita og hyljið það síðan.

i) Hellið ediki út í, hækkið hitann og eldið í um það bil 15 mínútur, eða þar til vökvinn hefur minnkað mikið.

j) Hitið grillið í 350 gráður á Fahrenheit og síðan gristið kökurnar í nokkrar mínútur á báðum hliðum þar til góður litur hefur myndast.

k) Toppið hvern hamborgara með nokkrum ostsneiðum og grillið þar til osturinn hefur bráðnað.

l) Smyrjið skurðfletina á bollugrillinu.

m)   Á botninn á hverju brauði, setjið patty.

n) Bætið salatblaði og rausnarlegum dollu af karamelluðum lauk ofan á.

72. <u>Grillaður avókadóborgari með marineruðum baunum</u>

Gerir: 6
HRÁEFNI:

- 3–4 meðalstór avókadó
- safi úr 1 lime
- ólífuolía

MARINERAR baunir

- 1 matskeið hvítvínsedik
- 200 g soðnar svartar baunir
- 2–3 reyktir tómatar
- 1 vorlaukur, smátt saxaður
- 1 tsk smátt saxaður serrano chili
- 1 matskeið smátt saxað kóríander
- 1 tsk fínt saxaður hvítlaukur
- 2 matskeiðar ólífuolía
- börkur af 1 lime

AÐ ÞJÓNA

- 6 hamborgarabollur, helmingaðar
- smjör fyrir bollurnar
- 6 matskeiðar crème fraiche
- steinselju og kóríander
- cayenne pipar

LEIÐBEININGAR:

a) Undirbúið reyktu tómatana á grillinu.

b) Blandið reyktu söxuðu tómötunum saman við hitt hráefnið og marineruðu baununum.

c) Leggið avókadósneiðarnar á disk og dreypið limesafa og olíu yfir þær.

d) Grillið avókadósneiðarnar hratt á grillinu við mjög háan hita eða notaðu blásara til að slípa yfirborðið af.

e) Grillið bollurnar hratt á grillinu með smjöri á skurðfletinum.

f) Dreifið stórri skeið af marineruðum baunum, avókadósneiðum, crème Fraiche og steinselju og kóríander á hverja bollu.

g) Stráið smá cayenne pipar yfir til að klára.

73. Kínóa- og sætkartöfluhamborgari

Gerir: 6

HRÁEFNI:

- 3 miðlungs sætar kartöflur, bakaðar
- 2 egg
- 1 bolli kjúklingabaunamjöl
- 1 tsk chili duft
- 1 matskeið af heilkorni Dijon sinnep
- 1 matskeið valhnetusmjör eða annað hnetusmjör
- safi úr ½ sítrónu
- 1 klípa af sjávarsalti
- 200 g kínóa
- hnetuolía, til steikingar
- Piparrót sýrður rjómi
- 3 matskeiðar fínt rifin piparrót
- 1¼ bollar sýrður rjómi
- sjó salt

AÐ ÞJÓNA

- 6 hamborgarabollur, helmingaðar
- smjör fyrir bollurnar
- smátt skorinn rauður asískur skalottlaukur
- fínt saxaður graslaukur

LEIÐBEININGAR:

a) Kljúfið kartöflurnar langsum og notið skeið til að skafa innan úr.

b) Hrærið eggin saman í matvinnsluvél og blandið sætum kartöflum, kjúklingabaunamjöli, chilidufti, sinnepi, hnetusmjöri, sítrónusafa og salti saman við. Bætið kínóa út í.

c) Notaðu handfylli af blöndunni í einu til að mynda kringlóttar kökur.

d) Blandið saman salti, piparrót og sýrðum rjóma í blöndunarskál.

e) Grillið kökurnar á meðalhita í nokkrar mínútur á báðum hliðum.

f) Smyrjið skurðfletina á bollunum og grillið þær hratt.

g) Setjið hamborgara á botn hverrar bollu og hyljið hann með piparrótarsýrðum rjóma, skalottlaukum og graslauk.

74. Chile og osti grillaðar samlokur

Gerir: 4 skammta
HRÁEFNI:

- 4-eyri dós af heilum grænum chili; tæmd
- 8 sneiðar af hvítu brauði
- 4 hlutar Monterey Jack; 1 aura hver
- 4 hlutar af Cheddar osti; 1 aura hver
- 3 matskeiðar smjörlíki eða smjör; mýkt

LEIÐBEININGAR:

a) Settu sneið af Monterey Jack osti, chile sneiðum og cheddar osti
á 4 brauðsneiðar
b) Dreifið smjörlíki utan á hverja samloku.
c) Forhitið pönnu í miðlungs-háan hita eða 375 gráður á Fahrenheit.
d) Eldið í 3 mínútur á hvorri hlið, eða þar til osturinn hefur bráðnað.

75. Jarðhnetuávaxtagrill Samloka

Gerir: 1 skammt

HRÁEFNI:

- 12 sneiðar af hvítu brauði
- Smjör; mýkt
- ½ bolli Slétt hnetusmjör
- ½ bolli mulinn ananas; vel tæmd
- 1 bolli trönuberjaappelsínubragð

LEIÐBEININGAR:

a) Smyrjið brauðið á báðum hliðum.

b) Dreifið hnetusmjöri og muldum ananas jafnt á 6 brauðsneiðar.

c) Bætið trönuberja-appelsínubragði við hnetusmjörsblönduna.

d) Setjið hinar brauðsneiðarnar yfir og grillið þar til þær eru gullinbrúnar á báðum hliðum.

e) Skerið í bita og berið fram strax.

f) Berið fram með sellerístöngum og gulrótarkrullum sem skraut.

76. Heilbrigð vegan grilluð ostasamloka

Gerir: 3 samlokur

HRÁEFNI:

- 1 kúrbít, skorinn í ½ tommu þykkar langsum sneiðar
- ½ bolli ferskt spínat
- 4 únsur. reykt tófú, skorið í sneiðar
- 1 avókadó, afhýtt, skorið í sneiðar
- 1 grænn laukur, skorinn í bita
- 3 matskeiðar kasjúmajó
- 4-5 matskeiðar af vegan ostasósu
- Handfylli spíra
- 6 brauðsneiðar

LEIÐBEININGAR:

a) Á heitri grillpönnu, steikið kúrbít og tófú sneiðar í 3 mínútur, snúið síðan við og eldið í 3 mínútur í viðbót. Setjið á disk til að kólna.

b) Settu brauðbitana hlið við hlið og dreifðu einni skeið af cashew majó á hverja af þremur neðstu sneiðunum.

c) Toppið með spínati, grænum lauk, spírum, ostasósu og niðurskornu avókadó.

d) Hyljið með brauðsneið.

e) Hitið steypujárnspönnu yfir meðalhita áður en samlokunum er bætt út í.

f) Þrýstið vegan ostasamlokunum í nokkrar sekúndur með spaða, hyljið þær síðan með loki og eldið í 3-4 mínútur, eða þar til gyllt skorpa myndast.

77. <u>Grillaðar hnetukenndar gráðostasamlokur</u>

Gerir: 1 skammt

HRÁEFNI:
- 1 bolli mulinn gráðostur;
- ½ bolli Fínt skornar ristaðar valhnetur
- 16 hlutar af heilhveitibrauði
- 16 litlir Kvistir
- 6 matskeiðar Smjör

LEIÐBEININGAR:
a)   Skiptu ostinum og valhnetunum jafnt á milli 8 brauðferninga.
b)   Toppið með 2 vatnakarsakvistum hver.
c)   Kryddið með pipar og toppið með brauðbitunum sem eftir eru og gerið alls 8 samlokur.
d)   Bræðið 3 matskeiðar af smjöri í stórri nonstick pönnu.
e)   Grillið í 4 mínútur á hvorri hlið.
f)   Skerið samlokur á ská. Flyttu yfir á diska.

78. <u>Grillað epli á súrdeigsmuffins</u>

Gerir: 2 skammta

HRÁEFNI:

- 1 lítið rautt Ljúffengt epli
- ½ bolli kotasæla
- 3 matskeiðar Fínt skorinn fjólublár laukur
- 2 súrdeigsmuffins, klofnar og ristaðar
- ¼ bolli Myldinn gráðostur

LEIÐBEININGAR:

a) Blandið kotasælu og lauk saman í litla skál og hrærið vel.

b) Dreifið um 2 tsk af kotasælu á hverja hálfa muffins.

c) Settu 1 epli hring ofan á hvern muffinsbolla; jafnt, stráið muldum gráðosti yfir eplahringina.

d) Setjið á bökunarpönnu og grillið í 1-12 mínútur, eða þar til gráðostur bráðnar, 3 tommur frá loganum.

79. Grillaður Chili ostur

Gerir: 1 skammt

HRÁEFNI:

- 6 hlutar Brauð
- 3 þykkir hlutar af osti
- ½ tsk mulið rautt chili
- Salt eftir smekk
- Smjörklumpur

LEIÐBEININGAR:

a) Setjið ost á þrjá brauðhluta.
b) Dreifið chili ofan á og setjið seinni brauðbitann yfir.
c) Grillið yfir heitum kolum

EFTIRLITIR

80.   Grilluð appelsínueggjakrem

HRÁEFNI:

- 1 appelsína eða greipaldin
- 1 stórt egg
- 2 matskeiðar mjólk
- Sykur og kanill eftir smekk

LEIÐBEININGAR:

a) Þeytið eggjahvíturnar varlega með gaffli í fat með mjólk, sykri og kanil, en ekki of hræra.

b) Setjið eggjablönduna í appelsínubollann og setjið hana yfir Embers grillhvíld.

81. <u>Suji og ávaxtagrillbúðing</u>

Gerir: 4 skammta

HRÁEFNI:
- 1 matskeið vegan smjörlíki
- ¼ bolli ósaltaðar grillaðar kasjúhnetur
- ¼ bolli gylltar rúsínur
- 1 bolli suji
- ½ bolli sykur
- 11/2 bolli ananas, mangó eða hvítur þrúgusafi
- ¼ bolli ananasbitar
- ¼ tsk möluð kardimommur

LEIÐBEININGAR:
a) Hitið smjörlíkið á vægri pönnu við vægan hita.

b) Ristið kasjúhneturnar, rúsínurnar og suji þar til þær eru ilmandi, um það bil 5 mínútur, hrærið reglulega í.

c) Haltu áfram að malla, hrærið stöðugt í, eftir að sykrinum og ananassafanum hefur verið bætt út í.

d) Eldið í nokkrar mínútur lengur, þar til það verður þykkur búðingur, bætið síðan ananasbitunum og kardimommunni út í.

e) Skiptið búðingnum jafnt á milli fjögurra lítilla eftirréttarskála til að bera fram.

82. Grilluð pundkaka s'mores

Gerir: 4 skammta

HRÁEFNI:
- 1 bolli hálfsætir súkkulaðibitar
- 10,75 aura frosin punda kaka, þiðnuð
- 1 bolli marshmallow rjómi
- Vanillu ís

LEIÐBEININGAR:
a) Skerið kökuna lárétt í þrjú lög.

b) Smyrjið 1/2 bolla af marshmallow rjóma og 1/2 bitunum yfir neðsta þrepið á stóra pappírspappír.

c) Til að tryggja örugga innsigli, skarast álpappírsbrúnirnar.

d) Grillið í 7-20 mínútur við vægan hita án grillloks.

83. **Grilluð gulrótarkaka**

Gerir: 2 brauð

HRÁEFNI:

- 2 bollar alhliða hveiti
- 4 egg
- 2 bollar sykur
- 1¼ bolli jurtaolía
- ½ bolli smjör mildað
- 2 tsk matarsódi
- 2 tsk kanill, malaður
- ½ tsk Salt
- 3 bollar gulrætur, rifnar
- 2 tsk lyftiduft
- ½ bolli Hnetur, í teningum
- 1 tsk Vanilla
- 16 aura Púðursykur, sigtaður
- 8 aura af rjómaosti, mildaður

LEIÐBEININGAR:

a) Forhitið grillið hátt.

b) Þeytið eggin á meðan og bætið svo sykrinum og olíunni vel út í.

c) Bætið þurrefnunum út í hveiti, lyftiduft, matarsóda, kanil og salti.

d) Bætið við rifnum gulrótum, sneiðum hnetum og vanilluþykkni.

e) Fylltu tvær smurðar tommu brauðformar með deigi.

f) Settu brauðformin á OFF hlið grillsins og eldaðu í 40 mínútur.

g) Blandið mjúkum rjómaosti og mjúku smjöri saman í lítilli blöndunarskál þar til það er froðukennt. Bætið vanilluþykkni út í. Blandið flórsykrinum út í smám saman þar til það er slétt.

h) Kælið gulrótarkökuna áður en hún er sett á frostið.

84. Kartöflukökur á Grillinu

Gerir: 100 skammta

HRÁEFNI:
- 2 lítra af vatni; sjóðandi
- 1½ bolli smjör
- 12 egg
- 2½ bolli mjólk
- 3¼ lítra kartöflur
- 1 pund hveiti
- 2 matskeiðar salt

LEIÐBEININGAR:
a) Blandið saman kartöflunum og mjólkinni. Leggið til hliðar

b) Blandið saman vatni, smjöri eða smjörlíki, salti og pipar í blöndunarskál.

c) Notaðu vírþeytara til að bæta kartöflu- og mjólkursamsetningunni strax við vökvann á lágum hraða; blandað í 12 mínútur.

d) Hrærið eggin út í, þeytið á hóflegum hraða

e) Dýptu kökurnar í sigtuðu alhliða hveiti.

f) Grillið í 3 til 4 mínútur á hverri hlið á vel smurðri 375°F pönnu, eða þar til gullinbrúnt.

85. Grillaðar hrísgrjónakökur

Gerir: 4 skammta

HRÁEFNI:

- 2½ bolli Vatn
- Salt
- 1½ bolli stuttkorna hrísgrjón, soðin
- 1 msk kryddað hrísgrjónaedik eða sherryedik

LEIÐBEININGAR:

a) Þeytið hrísgrjónaedikið út í soðnu hrísgrjónin.

b) Fylltu létt smurt 9 tommu ferningur eða kringlótt kökuform hálfa leið með hrísgrjónablöndunni.

c) Þrýstið hrísgrjónunum jafnt niður á pönnuna með rökum eða léttolíuðum lófum. Geymið í kæli þar til það er hart.

d) Undirbúið grillið.

e) Skerið hrísgrjónin í 12 jöfn form með því að nota skurðbretti.

f) Penslið grillið létt með olíu áður en hrískökunum er bætt út í.

g) Eldið í 1 til 2 mínútur þar til það er vel litað, snúið síðan við og grillið í 1 til 2 mínútur í viðbót. Berið fram strax.

86. Peach Shortcake

Gerir: 9 skammta

HRÁEFNI:

- 2 matskeiðar hunang
- 1 msk smjör, brætt
- 1/4 tsk kanill
- 2 með þroskaðir bananar
- 2 með þroskuðum ferskjum
- 1/2 af 11 aura punda köku, skorin í 3/4 tommu hluta
- 1/2 af 8 aura Flott svipa, þiðnuð
- 1/4 tsk kanill
- Dapur af múskat

LEIÐBEININGAR:

a) Í litlu íláti, blandaðu hunangi, bræddu smjöri og 1/4 teskeið af kanil.

b) Eldið í 8-10 mínútur á grillgrindi við meðalhita, hrærið oft.

c) Hellið volgum ávöxtum yfir kökuna.

d) Blandið hinum þremur samanhráefniog skeið yfir.

87. <u>Kanill kaffikaka</u>

Gerir: 4 skammta

HRÁEFNI:

- 2 matskeiðar smjör eða smjörlíki
- 1 bolli kexblöndu
- 1/3 bolli gufuð mjólk, óþynnt
- 1 matskeið. Tilbúinn kanill-sykur

LEIÐBEININGAR:

a) Skerið smjörið í litla bita og stráið því yfir kexblönduna í meðalstóru fati. Hrærið létt með gaffli þar til smjörið er jafnhúðað.

b) Hrærið með gaffli þar til það er örlítið vætt, hellið síðan mjólk og kanil-sykriblöndunni út í.

c) Setjið deigið á smurða pönnu.

d) Klappið jafnt niður á pönnu með hveitistráðum höndum.

e) Eldið, hyljið og eldið í 12 til 15 mínútur við mjög lágan hita.

88. Ferskja skósmiður

Gerir: 9 skammta

HRÁEFNI:

- 1 kassi gul kaka blanda 12 aura
- 7-upp
- 2 pokar af frosinni ferskju
- 3/4 bolli kanil og sykur blanda
- 3 aura hunang

LEIÐBEININGAR:
a) Forhitaðu reykjarann í 280 gráður F.

b) Blandið saman gulu kökublöndunni og 7-up í stórri blöndunarskál.

c) Hellið frosnum ávöxtum í botninn á pönnu eða 9 x 11 álpappír.

d) Stráið hunangi yfir og síðan kanil- og sykurblönduna yfir.

e) Reykið í 3–4 klukkustundir eða þar til tannstöngull sem stungið er í miðjuna kemur hreinn út.

89. Hayes götugrill apríkósu stökk

Gerir: 4 skammta

HRÁEFNI:

- 1 bolli alhliða hveiti
- 4 bollar rifnar apríkósuhelmingar
- Safi úr 1 sítrónu
- 1 bolli púðursykur
- klípa salt
- 6 matskeiðar kornsykur
- 1 tsk malaður kanill
- Mjúklega þeyttur rjómi
- 8 matskeiðar smjör, skorið í teninga

LEIÐBEININGAR:

a) Forhitaðu grillið í 375 gráður F.

b) Smyrjið bökuform með smjöri.

c) Blandið ávöxtunum saman við sítrónusafa og kornsykur. Fylltu eldfast mót með blöndunni.

d) Blandið saman hveiti, afgangi af smjöri, púðursykri, salti og kanil í blöndunarskál.

e) Nuddið blöndunni saman með fingurgómunum þar til hún er mylsnuð. Hellið yfir ávextina.

f) Grillið í 35 til 45 mínútur, þar til ávextirnir eru að freyða í kringum brúnirnar og brúnast ofan á.

g) Látið kólna aðeins áður en borið er fram með þeyttum rjóma, crème Fraiche eða ís.

90. Grilluð eggaldin terta

Gerir: 8 skammta

HRÁEFNI:

- Matreiðslusprey
- 1 stórt eggaldin, skorið í sneiðar
- 6 stórar kartöflur; Hlutað
- 6 stórir Portabella sveppir
- Ólífuolía til að bursta
- 1 Laukur, saxaður
- 1 matskeið ólífuolía; fyrir brauðmylsnu
- Salt og pipar
- ¼ bolli steinselja; hægelduðum
- ¼ bolli basil; julienne
- 1 tsk Ferskt timjan
- 1 bolli ferskt brauðrasp
- 1 matskeið Ólífuolía
- 1 Sellerí stilkur; hakkað
- 4 stórir tómatar; fræhreinsað og skorið í gróft teninga
- ½ bolli rifnar gulrætur
- 1 tsk ferskur sítrónusafi
- 2 tsk fersk steinselja; hægelduðum
- ¾ bolli rifinn ferskur parmesanostur

LEIÐBEININGAR:

a) Til að undirbúa bragðið skaltu hita olíuna í miðlungs óvirkum potti.

b) Eldið í 3 mínútur við meðalhita með lauknum og selleríinu.

c) Blandið saman tómötum, gulrótum og timjani og kryddið síðan með salti og pipar.

d) Eldið bragðið varlega þar til vökvinn hefur að mestu gufað upp. Þeytið steinselju og sítrónusafa út í.

e) Sprautaðu grillgrindinni vandlega.

f) Forhitið grillið í meðalháan hita.

g) Dreypið eggaldininu, kartöflunum og sveppunum með ólífuolíu.

h) Húðaðu 9 tommu kökuform eða tertuform með matreiðsluúða.

i) Grillið allt grænmetið þar til það er vel brúnt og eldað á báðum hliðum.

j) Leggðu eggaldin, kartöflur og sveppi í bökuna eða tertuformið. Stráið steinselju, basil og rifnum osti á milli hverrar grænmetislögunar.

k) Hitið 3 msk ólífuolíu á lítilli pönnu yfir miðlungs háum hita þar til hún er heit. Steikið brauðmylsnuna þar til þær eru gullinbrúnar. Strá skal brauðmylsnu yfir tertuna.

l) Berið fram með pínulitlum polli af tómötum undir hvern bát strax.

91. <u>Rum Banana sundaes á grillinu</u>

Gerir: 4 skammta

HRÁEFNI:

- ⅓ bolli Plús 1 matskeið hlynsíróp
- 1½ matskeið Dökkt romm
- 1 msk Brædd ósaltað smjör
- 4 bananar; þroskuð en þétt
- 1 pint vanillu frosin jógúrt
- ⅛ teskeið Nýmalaður múskat

LEIÐBEININGAR:

a) Undirbúa grillið.

b) Blandið saman hlynsírópinu og romminu í litlum potti.

c) Hellið bræddu smjöri út í.

d) Penslið eða nuddið hlynsírópinu og smjörblöndunni ofan á bananana.

e) Grillaðu bananana í 3 til 5 mínútur, snúðu einu sinni eða tvisvar með spaða, þar til þeir eru mjúklega brúnir og mjúkir en ekki mjúkir.

f) Setjið í lítinn pott nálægt glóðinni og hitið afganginn af hlynsírópinu og rommblöndunni á meðan bananarnir eru að grillast.

g) Fylltu eftirréttarskálar hálfa leið með frosinni jógúrt. Settu fjórðu banana helmingana ofan á frosnu jógúrtina.

h) Hellið heitu sósunni ofan á þær.

92. <u>Grillaðir bananar</u>

Gerir: 4 skammta

HRÁEFNI:

- 6 aura hálfsætt súkkulaði; hægelduðum
- 6 matskeiðar Þungur rjómi
- 2 matskeiðar Kahlua
- ½ bolli Sykur
- 1 bolli vatn; heitt
- 4 þroskaðir bananar
- 1-pint engifer ís

LEIÐBEININGAR:
a) Bræðið súkkulaðið og rjómann við vægan hita í tvöföldum katli.
b) Hrærið þar til allt súkkulaðið hefur bráðnað. Helltu Kahlua út í.
c) Bræðið sykurinn í potti yfir meðalhita, hrærið oft í og hellið svo vatninu út í.
d) Látið suðuna koma upp og hrærið stöðugt í með málmskeið þar til allur sykurinn hefur leyst upp og sósan þyknnað.
e) Takið sósuna af hitanum og setjið til hliðar.
f) Setjið banana á grillið eftir að hafa skorið langsum.
g) Grillið hlutanum niður í 4 mínútur, snúið síðan við og grillið í 4 mínútur í viðbót.

f) Setjið 2 banana helminga á hvern kældan rétt; skeið ís á milli banana helminga og dreypið súkkulaði- og karamellusósum yfir.

93. Grillaðir bananar með ís

Gerir: 1 skammt

HRÁEFNI:

- 2 Þroskaðir bananar
- ¼ Stingið ósaltað smjör, brætt og kælt
- 3 matskeiðar púðursykur
- ¼ pund súkkulaði, skorið í teninga
- ½ tsk kanill
- Vanillu ís

LEIÐBEININGAR:
a) Forhitið grillpönnu.
b) Haldið banana langsum eftir að hafa afhýtt þá.
c) Hrærið saman smjöri og púðursykri í grunnu ofnpönnu, bætið svo bönunum saman við og blandið varlega saman til að hjúpa.
d) Með málmspaða, flytjið banana yfir á olíuborða grillpönnu og hitið þar til þeir eru brúnir og soðnir í gegn, um það bil 2 mínútur á hlið.
e) Bræðið sneið súkkulaði og kanil við vægan hita og hrærið stöðugt í.
f) Berið fram banana með ís og bræddri súkkulaðisósu.

94. Steiktar og grillaðar perur

Gerir: 4 skammta

HRÁEFNI:
- 11/2 bolli trönuberjasafi
- 1 skammtur afSúkkulaðisósa
- 1 bolli sykur
- 2 tsk hreint vanilluþykkni
- 2 perur
- 2 skeiðar af vegan vanilluís
- Myntugreinar, til skrauts

LEIÐBEININGAR:
a) Hitið grillið í 400 gráður.
b) Blandið saman trönuberjasafanum og sykrinum í potti og sjóðið í um 7 mínútur.
c) Takið af hitanum og hrærið vanilludropa út í.
d) Notaðu melónuballer til að fjarlægja kjarna peranna og setja þær í Ready pönnuna. Snúðu perunum í trönuberjasírópinu til að hylja þær.
e) Grillið í 30 mínútur, eða þar til það er aðeins mjúkt en dettur ekki í sundur.
f) Takið grillið af og setjið til hliðar til að kólna niður í stofuhita.
g) Setjið 2 peruhelminga á hvern af 4 kældum eftirréttarréttum þegar þeir eru tilbúnir til framreiðslu og hellið afgangssírópi yfir perurnar.
h) Setjið ísskeið á hvern disk.

95. <u>Grilluð ferskja Melba</u>

Gerir: 4 skammta

HRÁEFNI:
- 1 bolli fersk hindber
- 2 bollar vatn
- 1 þroskuð ferskja
- 11/2 bolli sykur
- 2 skeiðar af vegan vanilluís
- 1 matskeið sundurskornar ristaðar möndlur
- 2 matskeiðar auk 1 teskeið af sítrónusafa

LEIÐBEININGAR:
a) Látið suðuna koma upp í potti við háan hita og bætið svo ferskjunni út í.
b) Eftir 30 sekúndur, lækkið hitann og takið ferskjurnar út.
c) Bætið 1 bolla af sykri og 2 msk sítrónusafa við hitunarvatnið og hrærið til að leysa upp sykurinn.
d) Afhýðið ferskjuna og fjarlægið hýðið og eldið hana í 8 mínútur í viðbót í sjóðandi vatni. Tæmið, hellið síðan í og skerið ferskjurnar í sneiðar. Leggið til hliðar.
e) Blandið hindberjunum og afganginum af sykrinum saman í lítinn pott og hitið við meðalhita. Myljið berin með bakinu á skeið og hrærið til að sykurinn leysist upp.
f) Þrýstið berin í gegnum fínt sigti á disk. Blandið saman við 1 tsk af sítrónusafa sem eftir er.
g) Skelltu vegan-ísnum í glærar eftirréttarskálar og skreytið með ferskjubitunum.
h) Berið fram með ögn af hindberjasósu og dreifingu af möndlum.

96. Ávaxtaréttur með asískum bragði

Gerir: 4 til 6 skammta

HRÁEFNI:
- 8 aura dós af litchi, pakkað í síróp
- Safi úr 1 lime
- 1 tsk lime börkur
- 2 tsk sykur
- ¼ bolli vatn
- 1 þroskað mangó, afhýtt, gróft og skorið í 1/2 tommu teninga
- 1 asísk pera, kjarnhreinsuð og skorin í 1/2 tommu teninga
- 2 bananar, skrældir og skornir í 1/4 tommu bita
- 1 kívíávöxtur, afhýddur og skorinn í 1/4 tommu bita
- 1 msk muldar ósaltaðar grillaðar hnetur

LEIÐBEININGAR:
a) Setjið lychee sírópið í lítinn pott.
b) Hitið lychee-sírópið með limesafanum og -börknum ásamt sykri og vatni við vægan hita þar til sykurinn leysist upp. Látið suðuna koma upp, takið síðan af hellunni. Leyfðu kælingu.
c) Bætið mangóinu, perunni, bönunum og kiwiávöxtum við réttinn sem inniheldur litkí.
d) Berið fram með skvettu af geymdu sírópinu og handfylli af hnetum.

97. Ís crêpes

Gerir: 4 skammta

HRÁEFNI:
- 11⁄2 pint vegan vanilluís, mildaður
- Vegan Desert Crêpes
- 2 matskeiðar vegan smjörlíki
- 1⁄4 sælgætissykur
- 1⁄4 bolli ferskur appelsínusafi
- 1 matskeið ferskur sítrónusafi
- 1⁄4 bolli Grand Marnier eða annar líkjör með appelsínubragði

LEIÐBEININGAR:

a) Setjið fjórðung af ísnum enda til enda á plastfilmu, pakkið því inn og rúllið því í stokk með höndunum.

b) Rúlla á hvern ískubba í crepe.

c) Eftir að hafa fyllt crêpes, setjið þær í frysti í 30 mínútur til að stífna.

d) Bræðið smjörlíkið á lítilli pönnu við meðalhita. Hellið sykrinum út í. Bætið appelsínusafanum, sítrónusafanum og Grand Marnier út í.

e) Grillið í um það bil 2 mínútur, eða þar til mest af áfenginu hefur gufað upp.

f) Til að bera fram skaltu raða fylltu crêpes á eftirréttardiskum og dreypa yfir þá með appelsínusósu.

98. Pekan- og perugratín

Gerir: 4 til 6 skammta

HRÁEFNI:
- ferskar þroskaðar perur, skrældar og kjarnhreinsaðar
- 1/2 bolli sykruð þurrkuð trönuber
- 1/2 bolli sykur
- 1/2 tsk malað engifer
- 1 matskeið maíssterkju
- 1/4 bolli venjuleg eða vanillu sojamjólk
- 2/3 bolli pekanhnetur í gróft teningum
- 1/4 bolli vegan smjörlíki

LEIÐBEININGAR:
a) Forhitið grillið í 400 gráður á Fahrenheit.
b) Smyrjið létt gratínform.
c) Dreifið perunum í tilbúna fatið.
d) Blandið saman trönuberjum, sykri, engifer og maíssterkju.
e) Bætið sojamjólkinni út í, dreifið smjörlíki yfir og stráið pekanhnetum yfir.
f) Grillið í 20 mínútur, eða þar til ávextirnir bóla í miðjunni.

99. <u>Grillaður bananasplit</u>

Gerir: 6

HRÁEFNI:
- 1/2 bolli smjör, brætt
- 1/2 bolli pakkaður ljós púðursykur
- 6 stífir bananar, skornir langsum
- 1 lítra vanilluís
- 1 bolli heitt fudge, heitt

LEIÐBEININGAR:
a) Forhitið grillið í meðalháan hita.

b) Blandið smjöri og púðursykri saman í 9" x 13" eldfast mót og hrærið vel.

c) Penslið bananana með smjörblöndunni til að hjúpa þá alveg.

d) Eldið 4 til 6 mínútur, eða þar til brúnirnar byrja að kúla, flata hliðina niður á grillinu; Snúðu með spaða og eldaðu í 2 til 3 mínútur í viðbót, eða þar til þau eru mjúklega brún.

e) Setjið 2 soðna bananahluta í hvern 6 réttanna, toppið með ís og dreypið heitu fudge yfir.

f) Berið fram strax.

100. Ristað chile custard

Gerir: 4 skammta

HRÁEFNI:
- 2 stór egg
- 2 stórar eggjarauður
- ⅓ bolli sykur, brúnn
- 2 matskeiðar sykur, brúnn
- ¼ tsk Salt
- 2 bollar rjómi, þungur
- ¼ tsk Vanilla
- 2 tsk Chile de Arbol, ristað í duftformi

LEIÐBEININGAR:
a) Forhitið grillið í 300°F.

b) Þeytið saman egg, eggjarauður, púðursykur og salt.

c) Skellið rjóma og vanillu í pott við meðalhita; fjarlægja úr hita; þeytið í eggjablöndu þar til slétt; setjið rjóma aftur í pott og látið malla þar til vaniljónin er hjúpuð aftan á skeið; fjarlægðu af hitanum.

d) Fylltu ramekins með vanilósal; settu á pönnu og settu pönnu á grillið.

e) Fylltu með nægu vatni til að ná 2/3 upp á brúnir ramekins; grillið þar til það er stíft í um 3 klst.

f) Til að bera fram, stráið chilidufti yfir hvern vanilósal, toppið síðan með sigtuðum púðursykri og grillið þar til sykurinn er bráðinn en ekki brúnn.

NIÐURSTAÐA

Til hamingju! Þú hefur náð endalokum á Grænu grillmatreiðslubókinni. Við vonum að þessi matreiðslubók hafi veitt þér innblástur til að kanna vistvæna grillun og prófa nýjar og girnilegar uppskriftir á grillinu þínu. Við trúum því að sjálfbær matreiðsla sé ekki aðeins góð fyrir jörðina heldur einnig fyrir heilsu þína og vellíðan.

Með því að velja sjálfbært hráefni og nota vistvæna grillaðferðir geturðu dregið úr kolefnisfótspori þínu og búið til ljúffengar og hollar máltíðir sem þér líður vel með. Við höfum reynt að gera þessa matreiðslubók eins yfirgripsmikla og hægt er, með ítarlegum uppskriftum, ráðum um sjálfbæra grillun og upplýsingum um hvernig draga úr sóun.

Við vonum að Græna grillmatreiðslubókin hafi hjálpað þér að öðlast sjálfstraust í vistvænni grillun og að þú haldir áfram að kanna nýjar bragðtegundir og tækni. Þakka þér fyrir að vera með okkur í þessari matreiðsluferð og við vonum að þú deilir sköpun þinni með okkur og ástvinum þínum. Til hamingju með grillið!

Ingram Content Group UK Ltd.
Milton Keynes UK
UKHW020607020623
422767UK00006B/137